ஒரு மனுஷி

பிரபஞ்சன்

டிஸ்கவரி பப்ளிகேஷன்ஸ்
எண்: 9, பிளாட் எண்: 1080A, ரோஹிணி பிளாட்ஸ்
முனுசாமி சாலை, கே.கே.நகர் மேற்கு,
சென்னை - 600 078. பேச: 99404 46650

வெளியீட்டு எண்: 0118

ஒரு மனுஷி (சிறுகதைகள்)
ஆசிரியர்: **பிரபஞ்சன்**
பிரபஞ்சன் அறக்கட்டளை©

ORU MANUSHI
Author: **Prapanchan** ©

Discovery 1st Edition : Nov - 2023
168 Pages
Print in India
ISBN: 978-93-91994-64-8
Rs.220

Publisher • Sales Rights

Discovery Publications
No. 9, Plot,1080A, Rohini Flats,
Munusamy Salai,
K.K.Nagar West, Chennai - 78.
Tamilnadu, India.
Mobile: +91 99404 46650

Discovery Book Palace (P) Ltd
No. 1055-B, Munusamy Salai,
K.K.Nagar West,
Chennai-600 078.
Ph: (044) 4855 7525
Mobile: +91 87545 07070

discoverybookpalace@gmail.com / www.discoverybookpalace.com

இந்த நூலில் பிரசுரமாகியுள்ள எந்த ஒரு பகுதியையும் எழுத்துபூர்வமான முன்அனுமதி பெறாமல் எடுத்தாள்வதோ, மறுபிரசுரம் செய்வதோ, மொழியாக்கம் செய்வதோ, ஊடகங்களில் மறுபதிப்புச் செய்வதோ, காப்புரிமைச் சட்டப்படி தடை செய்யப்பட்டுள்ளது. இந்த நூலிலிருந்து சில பகுதிகளை மேற்கோள்காட்டி நூல்அறிமுகம் செய்யலாம்.

உங்கள் மொபைல் போனிலிருந்து ஸ்கேன் செய்து 'டிஸ்கவரி புக் பேலஸ்' மொபைல் ஆப்பை டவுன்லோடு செய்து, புத்தகங்களை வாங்குங்கள்.

பதிப்புரை

பிரபஞ்சன் எனும் புனைபெயரில் எழுதிய சாரங்கபாணி வைத்திலிங்கம், பிரஞ்சியர் ஆண்ட புதுச்சேரியில் 27.04.1945ல் பிறந்தவர். பள்ளிக் கல்வியைப் புதுச்சேரியிலும், தஞ்சைக் கரந்தைத் தமிழ்ச் சங்கத்தில் புலவர் கல்வியும் கற்றவர்.

1961ஆம் ஆண்டு அவரது முதல் கதை பிரசுரம் கண்டது. 2017 வரை அவர் எழுதிய சிறுகதைகளில் 16 கதைகள் தேர்ந்தெடுக்கப்பட்டு 'ஒரு மனுஷி' எனும் தொகுதியாக இப்போது வெளிவருகிறது.

பிரபஞ்சன் கதைகள், மானுட மகத்துவம் பேசுபவை. சாதாரண மனிதருக்குள் புதைந்து கிடக்கும் பரிவை, அருளை, நியாய உணர்வை, ஒரு சினேகிதனின் நெகிழ்ந்த தொனியில் சொல்பவை. ஊற்றுநீர்போலக் கனிந்து, சந்தர்ப்பங்களில் வெளிப்படும் மனிதர்களின் அரிய மானுடத் தருணங்களை இனம்கண்டு, கலாபூர்வமாக விளம்புபவை அவரது கதைகள். பகை, வெறுப்பு, துவேஷம் எதுவுமற்ற மனம் கொண்ட ஈரத் தமிழ்க் கதைசொல்லியான பிரபஞ்சன், தன் காலத்துப் புனைவைச் செழுமைப்படுத்திய எழுத்தாளர். வரலாற்று நாவல் துறையில் ஒரு புதிய பாதை வகுத்தவர்.

கட்டுரைகள், நாடகம் என சமூக இலக்கியத்துறையில் தொடர்ந்து இயங்கிவந்த பிரபஞ்சன் 21.12.2018ல் மறைந்தார்.

தமிழ் இலக்கியத்தில் பிரபஞ்சனின் எழுத்துகள் பொக்கிஷங்களாகப் பாதுகாக்கப்பட வேண்டும். அவரின் சிறுகதைகளை 'டிஸ்கவரி பப்ளிகேஷன்ஸ்' நிறுவனம் மூலமாக வெளியிடுவதில் பெருமை கொள்கிறோம்.

- மு.வேடியப்பன்

(2017ஆம் ஆண்டு பிரபஞ்சன் எழுதிய முன்னுரை)

நான் நிறைவுகொள்ளும் நாள் இது

சிறுகதை என்கிற வடிவம் மிகவும் அழகியது. நுணுக்கமும் ஆழமும் கூடி வாழ்வைத் துலக்கமுற உரைப்பது சிறுகதை. வாழ்வையும், வாழ நேர்ந்த மனிதர்களின் அசலான பிம்பத்தை மிகக் குறுகிய பக்கங்களிலும் வார்த்தைகளிலும் சொல்லிவிடக்கூடிய வடிவமும் அதுவே ஆகும்.

ஒரு மொழியின் பெருமைகளில் ஒன்று கதை. கதைகளை உடைய மொழிகள், காலத்தைக் கைப்பிடித்து யுகங்கள் தாண்டியும் மனிதகுலத்தை அடுத்த பரிமாணத்துக்குக் கொண்டு சேர்க்கின்றன. கதைகள் கதைகளாக மட்டுமே இருந்து பல உள் வினைகள் ஆற்றுகின்றன. அது எதையேனும் சொல்லிக்கொண்டு நிற்கிறதா? இல்லை... அது ஓடிக்கொண்டே இருக்கிறது. ஆனால், அது பேசிக்கொண்டும் இருக்கிறது. நாம் கேட்க நம்மைச் சித்தப்படுத்திக்கொண்டால், ஆற்றிடமிருந்து நிறைய விஷயங்கள் நம்மால் நிரப்பிக்கொள்ள முடியும். நல்ல கதை என்பது ஆறு போன்றது. கதைகள் எப்போதும் இறந்தகாலத்திலேயே சொல்லப்படுகின்றன.

ஏன் எனில், இது இவ்வாறு நிகழ்ந்தது என்பதைக் கதை சொல்கிறது. ஆகவே, கதைகள் இறந்தகாலத்தில் நிகழ்கின்றன. இறந்தகாலம் என்றால், இல்லாமலே ஆன காலம் என்று அர்த்தம் ஆகாது. (தமிழ் இலக்கணம், இறந்ததைத் தழுவி எச்சத்தையும் பார்க்கச் சொல்கிறது.)

நினைவுக் கிடங்கிலிருந்து வெளிவரும் ஒரு சம்பவம் சொற்களாகவே வெளியே வருகிறது. பதிந்துபோயிருந்த அந்தச் சம்பவம் 'நேற்று' நடந்தது. முடிந்ததா என்றால், இல்லை. எதுவும் முடிந்துபோவது இல்லை. முடிந்தது என்று நாம் நினைப்பது ஏதோ ஒரு உருவில் இன்றும் தொடர்கிறது; நாளையும் தொடரும். ஆக, கதைகள் மூன்று காலத்தையும் உள்ளடக்கியவை. அ-காலம் என்று ஒன்றையும் உள் கொண்டது கதை.

எழுதப்பட்ட காலத்திலும் அது கடந்தும் கதைகள் பேசிக்கொண்டே இருக்கின்றன. சங்க வாசகனுக்குத் தொனித்த ஒரு கதை, சோழர் காலத்து வாசகனுக்கு வந்து சேரும்போது, புது அர்த்தம் கொள்கிறது. இன்றைய வாசகனுக்கு, அது இன்னுமொரு அனுபவத்தைத் தரக் காத்திருக்கிறது.

இலக்கியத்தின் தன்மை என்பது இதுதான். நல்ல படைப்பிலக்கியம் காலம் கடந்து ஜீவித்துக்கொண்டே இருப்பதன் சூட்சுமம் இதுதான்.

நல்ல விஷயமாக என் பள்ளிப்பருவக் காலத்திலேயே புதுமைப்பித்தன் கதைகள் வாசிக்கும் நிலை வாய்த்தது. கல்லூரிக் காலத்தில் தி.ஜானகிராமனை, எம்.வி.வெங்கட்ராமனை வாசிக்கவும், சந்தித்து உரையாடவும், நட்புக் கொள்ளவுமான வாய்ப்புகள் கிடைத்தன. தஞ்சை பிரகாஷின் மாபெரும் நூலகம் வாசிக்கக் கிடைத்தது, என் பேறு.

புதுச்சேரியில், இன்று ரோமெண்ட் ரோலன் என்ற பெயரில் இயங்கும், அருமையான நூலகத்தில் இருந்த பிரஞ்ச் மற்றும் ரஷ்ய இலக்கியங்களின் தமிழ் மொழிபெயர்ப்புகள், படைப்பிலக்கியத்தின் பல சாகைகளை, பல கோணங்களை, பல பார்வைகளை எனக்கு அளித்தன. ‘தொடர்ந்த வாசிப்பு, எழுதுபவர்களுக்கு இருக்க வேண்டியது மிக அவசியம்’ என்று வாழ்நாள் முழுக்க சொல்லிக்கொண்டே இருந்தார் க.நா.சு.

அதேபோல, ‘தொடர்ந்து எழுதிக்கொண்டும் இருக்க வேண்டும்’ என்பார் க.நா.சு. ‘தொடர்ந்து தினம்தோறும் எப்படி எழுத முடியும்?’ என்று, அவர் புதுவை பல்கலையில் பணிசெய்ய வந்திருந்தபோது கேட்டேன். உடனே அவர், ‘முடியாதுதான்... முடியாதபோது, மொழிபெயர்ப்பு செய்யுங்கள்!’ என்றார். மொழி ஆக்கம் மூலம், அவர் தமிழுக்குச் செய்த பணியைத் தமிழர்கள் மறக்கக் கூடாது.

1961-ல் என் எழுத்து பிரசுரம் கண்டாலும், 1970-களுக்குப் பிறகே சிறுகதைகள் எழுதுவதில் நான் ஈடுபட்டேன். இத்தனை ஆண்டுகளில் உங்கள் கைகளில் உள்ள கதைகளை என்னால் எழுத முடிந்துள்ளது.

2017-வரை நான் எழுதியிருக்கும் கதைகளின் ஒரு தொகுதி இது. நூல் உருவாக்கத்தில் உழைப்பை நல்கியதோடு, இந்தத் தொகுதிகளை அழகாகவும் செறிவாகவும் வெளியிட்டிருக்கும்,

நண்பர் திரு.மு.வேடியப்பன் அவர்களுக்கு இந்த நேரத்தில் என் மனம் நிறைந்த நன்றியையும் அன்பையும் தெரிவித்துக் கொள்கிறேன்.

இந்தத் தொகுப்புகள் வெளிவந்த இன்று என் 73 வயதில் பிரவேசிக்கிறேன். 27.04.1945-ல் பிறந்து, 1961 முதல் 55 ஆண்டுகளாக எழுதிக்கொண்டிருக்கும் என் மேல் தமிழ்கூறும் நல்லுலகம், நண்பர்கள், வாசகர்கள் கொண்டிருக்கும் அன்பை, நட்பை அவர்கள் இணைந்து நடத்தும் என் பாராட்டு / நூல் வெளியீட்டு / பரிசளிப்பு விழா நிகழ்ச்சிகள் எனக்கு மன நிறைவைத் தருகின்றன. இதற்கென உழைத்த என் அன்பு இலக்கிய உலக வாசகர்களை நினைக்கையில் என் மனம் ஈரம் கொள்கிறது. தமிழர்கள், தம்மை நேசிக்கும் இன்னொரு தமிழனை எப்போதும் நினைவு கொள்வார்கள் என்பது மீண்டும் நிரூபணம் ஆகி இருக்கிறது. என்னைப் பாராட்டுவது என்பது, இப்போது எழுதத் தொடங்கி இருக்கும் எழுத்தாளர்களைக் கௌரவிப்பது என்றே பொருள் கொள்ள வேண்டும்.

என் அன்பு வாசகர்கள் காலந்தோறும் தோன்றிவரும் கலைஞர்கள் எழுத்தாளர்களைக் கௌரவித்தபடி இருக்க வேண்டும் என்பதே நான் கூற விரும்பும் இந்த நாள் செய்தியாகும். தேவையான நேரம் அளவாகப் பெய்யும் மழையாக நாம் இருப்போம்.

சென்னை - தமிழ்நாடு
2017

தோழமையுடன்,
பிரபஞ்சன்

பொருளடக்கம்

1. நான் இருக்கிறேன் 09
2. வாசனை 23
3. 2000 வருஷத்து 41
4. அந்த மனிதர் 48
5. அபஸ்வரம் 54
6. அப்பாவுக்குத் தெரியும் 63
7. அன்னை இட்ட தீ 70
8. ஒரு மனுஷி 77
9. ஒரு வித்யாவின் கதை 87
10. காலகண்டன் 114
11. குரூரம் 128
12. கொடூரம் 124
13. சொந்த ஊர் 137
14. தோழமை என்பது 142
15. நெருப்பைப் பொட்டலம் கட்ட முடியாது 149
16. பச்சைக்கிளியும் காந்தியவாதியும் 160

நான் இருக்கிறேன் - 1

அமிர்தா என்கிற பெயரில் அப்படியென்ன சுவை இருக்க முடியும்? ஆனால் சண்முகத்துக்கு இருந்தது. குழந்தைகள் சாக்லேட்டைக் கையில் எடுத்த பிறகு வாயில் வைத்துச் சுவைப்பதுபோல, மீண்டும் மீண்டும் அந்தப் பெயரைப் பல தொனிகளில் பல தினுசுகளில் உச்சரித்து அழைத்தான் சண்முகம்.

"அமிர்தா... அமிர்தா..."

முன் பெஞ்சில், ராஜேஸ்வரிக்குப் பக்கத்தில் அமர்ந்திருந்தாள் அமிர்தா என்று அழைக்கப்பட்ட அமிர்தலட்சுமி. இடம் வகுப்பறை. நீள வாக்கில், மூன்று பகுதியாக, இரண்டிரண்டு பேர் அமரத்தக்க பெஞ்சில் எங்களுக்கு முன்னால் அமர்ந்திருந்தார்கள் அவர்கள். நாங்கள் கடைசி பெஞ்சில் அமர்ந்திருந்தோம். நாங்கள் என்றால் நானும், சண்முகமும்.

அது சித்தாந்த வகுப்பு. வெள்ளிக் கிழமைகளில் முதல் வகுப்பு சித்தாந்த வகுப்பு இருக்கும். அப்போது சைவ சித்தாந்தத்தை எடுத்துக்கொண்டிருந்தார் பேராசிரியர். சரியாகப் பத்து மணிக்கு வகுப்பில் இருப்பார் அவர். என்ன காரணத்தினாலோ வரவில்லை.

அமிர்தாவுக்கு மட்டுமே கேட்கும் என்று நம்பிக்கையுடன் அமிர்தாவின் பக்கம் குனிந்து "அமிர்தா... அமிர்தா..." என்று ரகசியக் குரலில் அழைத்தான் சண்முகம். சண்முகத்துக்கு நேராக, முதுகைக் காட்டிக்கொண்டு அமர்ந்திருந்தாள் அவள்.

நான் எட்டிப் பார்த்தேன்.

பிரபஞ்சன் | 9

மெய்கண்டாரின் பாடல்களைப் படித்துக் கொண்டிருந்தாள் அவள். சண்முகத்தின் காதில், "சைவ சித்தாந்தம் படிக்கிறாள்டா" என்றேன்.

சண்முகம் மீண்டும், குரலில் தேனைத் தடவிக்கொண்டு, "அமிர்தா... அமிர்தா" என்றான். அமிர்தாவுக்கு குதிரை வால் மாதிரி கற்றைச் சடை. தினம் ஒரு பூ வைத்துக்கொள்வது அவள் வழக்கம். ஒரு நாளைக்கு மல்லிகை, ஒருநாள் ரோஜா, ஒருநாள் சம்பங்கி, ஒருநாள் கனகாம்பரம், அன்று மல்லிகை வைத்துக்கொண்டு வந்திருந்தாள். அமிர்தா ஒரு அழகியா என்றால் என்னால் பதில் சொல்ல முடியாது. கல்லூரியில் எல்லாப் பெண்களுமே அழகிகளாகத்தான் எனக்குத் தோன்றினார்கள். எனக்கு இன்னும்கூட பெண்களில் பேதம் காண முடிவதில்லை. அமிர்தா அழகியென்றுதான் கல்லூரிக்குள் மதிக்கப்பட்டாள். மாணவர்கள் அவளிடம் சென்று பாட சம்பந்தமாகக்கூட அடிக்கடிச் சந்தேகம் கேட்டார்கள் என்றால், நிச்சயம் அவள் அழகியாகத்தான் இருக்க வேண்டும்.

அமிர்தா, சடையைச் சிலுப்பிக்கொண்டு, பக்கவாட்டில் திருப்பி, "ச்சூ" என்றாள். அதன் அர்த்தம் 'சும்மா இரு' அல்லது 'கம்னு கிட' என்பதாம். ஆனால் சண்முகத்தை அதுவே உசுப்பி விட்டது போலும்.

"என்ன படிக்கிறாய்?" என்றான்.

நான் இந்தச் சமயத்திலே உள்ளே புகுந்தேன். பொதுவாக இந்த மாதிரி சந்தர்ப்பங்களில் நான் ஜெயிப்பதில்லை. கூச்சம், பெருமிதம் காரணமாக இந்த விளையாட்டில் நான் ஒதுங்கிப் போவேன். என்ன காரணத்தினாலோ எனக்கும் இந்த விளையாட்டில் பங்குகொள்ளத் தோன்றியது. ஒரு வகையான பெண் குரலில், கழுத்தை நொடித்துக்கொண்டு "சைவ சித்தாந்தம் படிக்கிறேன்" என்றேன்.

அமிர்தா, மேலும் தன்னை பெஞ்சில் சாய்த்துக்கொண்டு தீவிரமாக படிப்பவள்போல் அபிநயித்தாள். ஆனால் அவள் பக்கத்தில் அமர்ந்திருந்த ராஜேஸ்வரி திரும்பி என்னைப் பார்த்து முறைத்தாள். 'நீகூடவா?' என்பது அவள் பார்வைக்கு பொருளாக இருக்க வேண்டும்.

சண்முகம் மேலும் கிசுகிசுப்பான குரலில், "சைவ சித்தாந்தம் படிக்கிற வயசா உனக்கு? அமிர்தா கலிங்கத்துப்பரணியை

எடு, அதிலே கடை திறப்பு என்கிற பகுதியை எடுத்துக் காதல் கவிதைகளைப் படி கண்ணே" என்றான்.

அவ்வளவுதான், பட்பட்டென்று கால்களை உதைத்துக்கொண்டாள் அமிர்தா. புத்தகத்தை எடுத்து மூடி, கீழே அறைந்தாள். எழுந்து சண்முகத்தை முறைத்தாள். கையில் சிலம்பு மட்டும்தான் இல்லை. நேராக பூமி தேவியின் முகம் நோகும்படி நடந்தாள். எங்கள் வகுப்பிலிருந்து பார்த்தால் பிரின்ஸிபல் அறை தெரியும். பிரின்ஸிபல் என்று அறியப்படும் ராகவன் சார், கண்மண் தெரியாத முன் கோபத்துக்கு அறிமுகமானவர். அமிர்தா அவர் அறைக்குள் நுழைந்தாள்.

எனக்குக் கலங்கியது.

"என்னடா, அமிர்தா பிரின்ஸிபல் அறைக்குப் போறா? வம்பை விலைக்கு வாங்கிட்டே, பாரு" என்றேன்.

"காதல் பெண்கள் கடைக்கண் வீச்சுக்காய்
நோதலும் இன்பம், நோயும் ஓர் இன்பம்
ஆதலினால் காதல் செய்வோம்."

என்றான் தொடர்ந்து. ராஜேஸ்வரியிடம் குனிந்து, "தோழிக்கு சாட்சி சொல்லப் போகலையாம்மா?" என்றான்.

அவள் இவன் பக்கம் திரும்பி, "மூஞ்சியைப் பாரு" என்றாள்.

சண்முகம் முகத்தைத் தடவிக்கொண்டு, "மாசு மருவில்லாத முகம், உனக்குப் பிடிக்கவில்லையா ராஜேஸ்வரி! உனக்கு என்ன மாதிரி முகம் பிடிக்கும் என்று சொல், தேடிப் பிடித்துக்கொண்டு வர்றேன்" என்றான்.

ராஜேஸ்வரி மீண்டும் திரும்பி, "வவ்வவ்வே..." என்று உதட்டை முறுக்கி, முகத்தை நாலு கோணலாக்கிக்கொண்டு காட்டினாள்.

"ஓ... இப்படிப்பட்ட முகம்தான் வேண்டுமா? அது நல்லா இருக்காதே. பரவாயில்லை. உனக்குப் பிடித்திருந்தால் சரி" என்று சொல்லிக்கொண்டிருக்கும்போதே, பியூன் கந்தசாமி வகுப்புக்குள் தோன்றினார்.

"இன்னா சம்முவம், அந்தப் பெண்ணை இன்னாப்பா பண்ணே? வா, வா பிரின்ஸிபல் கூப்பிடறாரு. அவரண்டை அந்தப் பொண்ணு 'ஓ'ன்னு அழுவுது" என்றார் சண்முகத்தைப் பார்த்து.

சண்முகம் எழுந்து பிரின்ஸிபல் அறைக்குள் சென்றான்.

இப்படித்தான் ஏதாவது ஒரு வம்பில் தொடர்ந்தாற்போல் அகப்பட்டுக்கொண்டு அல்லல் படுவான்.

சுபாஷிணியிடம் கணேசன், ஏதோ எல்லை மீறி நடந்துகொள்ள, அவனைப் போய் உதைத்தவனும் இவன்தான். காரணம் கேட்டதுக்குச் சொன்னான்.

"வைத்தி, நானும் பெண்களிடத்தில் குறும்பு செய்பவன்தான், இல்லை என்று சொல்லவில்லை. ஆனால், எதற்கும் ஓர் எல்லை இருக்கத்தானே செய்கிறது? அந்தச் சமயத்தில் கோபம் வந்தாலும், பிறகு நினைத்துச் சிரிக்கச் செய்யும்படியான காரியம்தானே குறும்புத்தனம்? அது தப்பில்லை. ஆனால், பின்னால் நினைத்து அருவருப்பு அடையும்படியான காரியத்தைச் செய்வது அசிங்கம் அல்லவா? அதை கணேசன் செய்தான். என்னால் தாங்க முடியவில்லை. சுபாஷிணியிடம், 'கொஞ்சம் நகர்ந்துக்கம்மா' என்றுவிட்டுக் கணேசனின் முன்னால் போய் நின்றுகொண்டு 'ம்... அந்த விளையாட்டை என்னிடம் செய்யேம்பா' என்றேன். அவனோ, 'நீ என்ன அவளுக்கு பாடிகார்டா?' என்றான், என்னால் சும்மா இருக்க முடியுமா சொல், விட்டேன் இரண்டு அறை. அவனுக்குப் பரிந்துகொண்டு சில பையன்கள் வர எனக்கென்று சிலர் தாவ, அப்புறம் என்ன? ரகளைதான்"

சண்முகத்துக்கு இதன் விளைவாக, இரண்டு நாட்கள் 'சஸ்பென்ஷன்' கிடைத்தது.

எனக்கு ஆச்சரியமாக இருந்தது அவன் குணம். அவன் தன் அளவில், கல்லூரி மாணவிகளிடம் குறும்பு செய்து, வம்பு செய்கிறவன்தான் எனினும், கல்லூரி மாணவிகளிடம், வெளியாட்கள் வம்பு செய்கிறார்கள் என்று தெரிந்தாலோ, சக மாணவர்கள்கூட வரம்பு மீறுகிறார்கள் என்று தெரிந்தாலோ சும்மா இருப்பதில்லை. அந்தச் சந்தர்ப்பங்களில் நியாயத் தராசைத் தன் கையில் ஏந்தத் தயாராய் இருப்பான் அவன்.

கல்லூரி தொடங்கிய புதிதில் பெரிய ரகளைக்கே அவன் காரணமாக இருந்த நிகழ்ச்சி ஒன்று நடந்தது. கல்லூரியை அடுத்த நாற்சந்தியில் கடைத்தெரு ஒன்று அமைந்திருந்தது. வெண்ணாற்றங்கரைக்குப் போகும் பாதையும், குதிரை கட்டித் தெருவும் இணையும் சந்திப்பில் ஒரு சைக்கிள் கடை இருந்தது. சைக்கிள் கடையை ஒட்டிய நிழற்குடையில், டவுன் பஸ்ஸுக்கு

ஒதுங்கி நிற்பார்கள் மாணவிகள். சைக்கிள் கடையில் இவர்களைப் பார்ப்பதற்கென்றே ஓர் இளைஞர் கூட்டம் நிற்கும். அது இயற்கைதான். ஆனால், அப்போதுதான் முதலாண்டு சேர்ந்திருந்த சுப்புலட்சுமியைப் பார்த்து, காகித அம்பெறிந்திருக்கிறான் ஒருவன். அதைக்கூட மன்னிக்கலாம்தான். மன்னித்தாள் சுப்புலட்சுமி. அதைத் தனக்குச் சாதகமாக எடுத்துக்கொண்ட அதே இளைஞன், அவள் பஸ்ஸில் ஏறுகிற நிலையில் – ஒரு கையில் புத்தகமும், மறுகையில், பஸ்ஸையும் பிடித்தபடி ஏறும் நிலையில்– வேண்டுமென்றே இடித்திருக்கிறான். புத்தகம் விழுந்து சிதறியது. புத்தகம் நோட்டுக்குள்ளே இருந்த காகிதங்கள் பறந்தன. அதற்கும் மேலே, அவனது இடியைத் தாங்க முடியாத அதிர்ச்சியில் நிலை குலைந்து போனாள் சுப்புலட்சுமி. அதே நேரம், வண்டியும் நகரத் தொடங்கவே, பிடிமானத்தையும் விட்டுவிட்டாள். ஒரு மூட்டையைப்போல் தரையில் விழுந்தாள் அவள். அதிர்ச்சியுற்ற டிரைவரும் வண்டியை நிறுத்தினார். நிமிடத்தில் ஒரு பெரும் கூட்டம் அங்கே சேர்ந்துவிட்டது. குன்றிப் போய், சமாளித்து எழுந்த அப்பெண், குனிந்து புத்தகங்களையும் நோட்டையும் ஒன்று சேர்த்தாள். பின்னால், நடந்ததைக் கேள்வியுற்ற சண்முகம் சுப்புலட்சுமியிடம் பேசியபோது, அவள் சொன்ன அந்தச் சொல் அவனை உலுக்கிவிட்டது.

"சிரித்தான், கலாட்டா செய்தான். அம்பெய்தான். ஏன் இடித்துத் தள்ளவும் செய்தான். பையன்களிடம் இதெல்லாம் சகஜம்தான். நான் இதைப் பெரிது பண்ணி எடுத்துக்கொள்ளவில்லை சண்முகம். பையன்கள் தங்களை இப்படித்தானே வெளிப்படுத்திக் கொள்கிறார்கள். நான் கீழே விழுந்து, சிராய்த்துக்கொண்டு இரத்தம் வெளிப்பட, வலியோடு நிற்கையில், ஒரு மனிதன், இதற்கெல்லாம் காரணமான மனிதன் பதறியிருக்க வேண்டாமா. 'ஐயோ, சாரி!' என்று வருத்தம் தெரிவித்திருக்க வேண்டாமா? இல்லை சண்முகம், அவன் சிரித்தான். நான் ஏதோ தப்பு செய்தவள் மாதிரியும் அதற்கான தண்டனையை, நான் பெற்றேன் என்பது மாதிரியும், நான் கீழே விழுந்தது ஏதோ தமாஷ் என்பது மாதிரியும் அவன் சிரித்ததுதான் இப்போது நினைத்தாலும் மனம் வெறுத்துப் போகிறது. பிறர் படும் துன்பம், பார்ப்பவர் மனதை அறுக்கவில்லையென்றால், அது அரக்கத்தனம் இல்லியா?" என்று சொல்லிக்கொண்டே அவள் அழுதிருக்கிறாள்.

பிரபஞ்சன் | 13

சண்முகம் பேசாமல் திரும்பியிருக்கிறான். இரவோடு இரவாக அவனைப் பற்றி விசாரித்து அவன் வீட்டு விலாசத்தைக் கண்டுபிடித்து, கதவைத் தட்டி, அவனை வெளியே தெருவுக்குக் கொண்டுவந்து, கடைவாயில் இரத்தம் வர உதைத்திருக்கிறான் சண்முகம். அதுவரையில்கூடப் பிரச்சினை இல்லை. அந்தப் பையன் ஒரு போலீஸ் இன்ஸ்பெக்டரின் பையனாக இருந்ததுதான் ஒரு பெரிய பிரச்சினையாயிற்று.

பிரின்ஸிபலின் அறையைவிட்டு வெளியே வந்த சண்முகத்தைச் சுற்றிச் சூழ்ந்துகொண்டார்கள் மாணவர்களும், சில மாணவிகளும். "பிரின்ஸிபல் என்னப்பா சொன்னார்?" என்றான் ஒருவன்.

"என்ன சொன்னார்? வழக்கம்போலத்தான். இந்த முறை நாலு நாள் சஸ்பென்ஷன்" என்று சிரித்துக்கொண்டே சொன்னான் சண்முகம்.

நடந்ததைத் தனியாக சண்முகம் என்னிடம் சொன்னான்.

பிரின்ஸிபல் அறைக்குள் நுழைந்திருக்கிறான் சண்முகம். இவனைப் பார்த்ததும் அவர், "உன் காலித்தனம் எப்போதுதான் அடங்கும்?" என்றிருக்கிறார்.

"என்ன சார்?"

"இந்தப் பூனையும் பால் குடிக்குமா என்கிறே... இந்தப் பெண்ணிடம் என்ன சொன்னே?"

என்ன சொன்னேன் என்று அமிர்தாவிடமே திரும்பிக் கேட்டானாம் சண்முகம். அவள் தலையைக் கவிழ்ந்துகொண்டு நின்றிருந்தாளாம்.

"சார், நான் என்ன சொன்னதாக இவங்க சொல்றாங்க சார்?"

"சைவ சித்தாந்தம் வேண்டாம் கலிங்கத்துப்பரணி படின்னு கொஞ்சம் தப்பான வார்த்தைகளையெல்லாம் சேர்த்துச் சொன்னியாமே?"

"ஐயோ சார்... நான் சொன்னது என்ன தெரியுமா? சைவ சித்தாந்தம் படிக்கிறீங்களா அமிர்தா, அடுத்த பிரியட் கலிங்கத்துப்பரணி இல்லியா? அதைப் படியுங்களேன்... அப்படீன்னு சொன்னேன் சார்.

இதைச் சொல்லும்போது அமிர்தாவின் முகத்தில் புன்னகை கோடு போட்டதாம்.

"அப்படியா சொன்னே? கண்ணே கிண்ணேன்னு எல்லாம் சொன்னியாமே?"

"அன்பாகச் சொல்றது இல்லியா சார்? இங்கிலீஷ்காரர்கள் 'டியர்'னு சொல்றாங்களே சார், அதுமாதிரி தமிழ்லே சொல்ல முயற்சி பண்ணினேன் சார்."

"உனக்கு அக்கா, தங்கச்சி இருக்காங்களா?"

"இருக்காங்க சார்"

"அவங்ககிட்டே போய் இந்த மாதிரிப் பேசுவியா?"

"சில விஷயங்களைச் சிலரிடம்தான் சார் பேச முடியும். அக்கா தங்கச்சிக்கிட்டேயெல்லாம் அதைப் பேச முடியாது, சார்."

அமிர்தா அந்தச் சமயம் பார்த்துக் 'களுக்'கென்று சிரித்திருக் கிறாள்.

என்ன பெண்கள் இவர்கள்! காய்த்தால் சுள்ளென்று காய்வது, பெய்தால் வெள்ளமாகப் பெய்வது, குளிர்ந்தால் ஐஸ் கட்டியாகவே ஆகிவிடுவது, சுட்டால், அக்னியாகவே சுடுவது.

அமிர்தா சிரித்தது, பிரின்ஸிபாலின் கோபத்தை அதிகப்படுத் தியிருக்கக் கூடும்.

வழக்கமாக இரண்டு நாள் சஸ்பென்ஷன் என்பவர், நாலு நாள் என்று சொல்லிவிட்டார்.

ஆனால் விஷயம் அத்தோடு முடியவில்லை என்பதுதான் சுவாரஸ்யமான திருப்பம். நானும் சண்முகமும் தங்கியிருந்த குதிரைக் கட்டித் தெரு மாடிக்கு அமிர்தா அன்று மாலையே வந்தாள்.

வெளியே இருட்டு கவிழ்ந்துகொண்டிருந்த நேரம். வானம் விறகடுப்பு மாதிரி சிவந்துகொண்டிருந்தது. சண்முகம் சோப்புப் பெட்டி சகிதம் இடுப்பில் துண்டைக் கட்டிக்கொண்டு வெற்றுடம்போடு குளிக்கப் புறப்பட்டுக்கொண்டிருந்தான். கீழே, கொல்லைக் கிணற்றில்தான் நாங்கள் தண்ணீர் சேந்திக் குளிப்போம். நான் அப்போதுதான் குளித்துவிட்டு வந்து துண்டோடு நின்றுகொண்டு தலையைத் துவட்டிக்கொண்டிருந்தேன்.

பயங்கரம்தான்.

பிரபஞ்சன் | 15

மெல்லிய, பிஞ்சு வெண்டைக்காய் விரலால் அறைக் கதவைத் தட்டும் சப்தம் கேட்டு, அப்படித் தட்டி அலார் செய்கிற கிருஷ்ணமூர்த்தியாகத்தான் இருக்க வேண்டும் என்று நினைத்து சண்முகம், "சும்மா உள்ளே வாடா கம்மினாட்டி. பெரிய வெள்ளைக்காரக் குஞ்சு மாதிரித்தான், கதவைத் தட்டிவிட்டு உள்ளே வருவியா?" என்றான். அமிர்தா தலையை உள்ளே நீட்டியவள், அரண்டு திடுக்கிட்டுத் தலையைப் பின்னுக்கு எடுத்துக்கொண்டாள். விநாடிகளில் நாங்கள் லுங்கி, சட்டைக்குள் புகுந்துவிட்டோம்.

"வாங்க வாங்க அமிர்தா. உள்ளே வாங்க" என்று இருவருமே ஒன்றாகக் குரல் கொடுத்தோம், தடுமாற்றத்தோடு.

அமிர்தா, நேராக சண்முகத்தின் முகத்தைப் பார்த்துச் சொன்னாள், "கோயிலுக்கு வந்தேன், சண்முகம். அப்படியே உங்களையும் பார்த்துப் பேச வேண்டும்போல் தோன்றியது. என்னால் உங்களுக்கு நாலு நாள் சஸ்பென்ஷன் கிடைத்தது பற்றி எனக்கு மிகுந்த வருத்தம். என்னை மன்னித்து விடுங்கள். மாணவர்கள் மாணவிகளைப் பார்த்து குறும்பு செய்வது சகஜம்தான். அதை நானும் ரசித்து, சிரித்து, விளையாட்டாக எடுத்துக்கொள்ள வேண்டும் என்கிற அறிவு எனக்கு இல்லை சண்முகம். முட்டாள்தனமாக இதை பிரின்ஸிபலிடம் சொல்லி பெரிதுபடுத்திவிட்டேன். அதை நினைத்தால் எனக்கு வெட்கமாக இருக்கிறது. என்னை மன்னித்துவிடுங்கள். இனி இம்மாதிரி குழந்தைத்தனமாக நடந்துகொள்ள மாட்டேன்" என்றவள் ஒரு நிமிடம் தயங்கினாள். பிறகு தொடர்ந்தாள், "வைத்தி இருக்கிறார் பரவாயில்லை, அவரும் எனக்கு நண்பர்தானே! அவர் முன்னால் பேசுவது எனக்குச் சங்கடமாக இல்லை. பிரின்ஸிபலிடம் அக்கா, தங்கையிடம் சில விஷயங்களைப் பேச முடியாது என்றீர்களே, அது உண்மைதானா? என்னைச் சகோதரியாகக் கருதாமல், வேறு மாதிரி கருதி அந்த வார்த்தைகளைச் சொல்லியிருக்கிறீர்கள். அப்படியென்றால் நான் அதை வரவேற்கிறேன். மீண்டும் அந்த வார்த்தையை என்னிடம் சொல்வீர்கள் என்றால், நான் ரொம்ப சந்தோஷப்படுவேன். அந்த வார்த்தைகளைச் சட்டம் போட்டு மனசுக்குள் மாட்டிக்கொள்வேன். வரட்டுமா? அம்மா கவலைப்படுவாள், இருட்டிவிட்டது. வீட்டு முகவரி உங்களுக்குத் தெரியும்தானே? வாருங்கள், அவசியம் வீட்டுக்கு வாருங்கள். வைத்தியையும் அழைத்து வாருங்கள், வருகிறேன்."

அவள் போயே போய்விட்டாள்.

ஒரு நூறு மத்தாப்புக் கட்டுக்களைக் கொளுத்தி எங்கள் முகத்துக்கு முன் காட்டிய மாதிரி இருந்தது.

அடுத்த நாளே நாங்கள் அமிர்தா வீட்டுக்குப் போனோம். அமிர்தாவுக்கு அக்கா மாதிரி இருந்தாள் அவள் அம்மா. இரவு அவர்கள் வீட்டில் சாப்பிட்டோம். எங்களை வழியனுப்ப வெளியில் வந்த அமிர்தாவிடம், மிக மென்மையான குரலில் சண்முகம் சொன்னான்.

"என்னை மன்னிச்சிடுங்க அமிர்தா. நான் அப்படிச் சொன்னது சகோதர பாவத்தில் அல்ல, ஒரு மாணவர் குறும்பு மட்டும்தான். வேறு வர்ணம் அதில் இல்லை. உங்களை அப்படி என்னால் நினைக்க முடியாது. நீங்கள் புரிந்துகொள்ள முடியும், என்னை மன்னித்து விடுங்கள்"

பௌர்ணமி நிலவை மேகம் மறைத்தது மாதிரி சட்டென்று அமிர்தாவின் முகம் இருண்டது. ஒரு கணம்தான், சமாளித்துக்கொண்டாள் போலும். அவள் பல் வரிசை மிக அழகாக இருந்தது. கோடு போட்டு எழுதியது மாதிரி வரிசைப் பற்கள். அவள் சொன்னாள்:

"நல்லவேளை, சண்முகம் வீட்டைக் கட்டிய பிறகு இடிக்க வேண்டி நேரவில்லை. அந்த வகையில் திருப்திதான். அஸ்திவாரம் போடுவதற்கு முன்னாலேயே சொல்லிவிட்டீர்கள். உங்களுக்கு ரொம்ப நன்றி" என்றபடி சிரித்தாள்.

சே! இப்படிப்பட்ட ஒருத்தி சுவாசித்த காற்றைச் சுவாசிக்க, எனக்கு வாய்த்திருக்கிறதே என்று ஆனந்தம் அடைந்தேன், நான்.

அமிர்தாவை நான் வியந்தேன். ஆனால், அவளைக் காட்டிலும் பல படி மேல போனான் சண்முகம் என்பதை நான் அறிய நேர்ந்த சந்தர்ப்பம் எனக்கு விரைவில் வாய்த்தது. நாங்கள் இரண்டாம் ஆண்டு முடித்து மூன்றாம் ஆண்டு வகுப்புக்கு வந்தோம். முதலாண்டில் ராஜலட்சுமி என்கிற பெண் சேர்ந்தாள். முதன் முதலில் கல்லூரிக்கு வரும் பெண் யாரானாலும், அவளை "மணமகளே மணமகளே வா... வா... உன் வலது காலை எடுத்து வைத்து வா..." என்று வரவேற்பவன் சண்முகம். அந்த வழக்கப்படி ராஜலட்சுமியை அணுகியவன் ஏனோ ஸ்தம்பித்து, செயலற்று நின்றான்.

"என்னப்பா, என்னமோ மாதிரி ஆயிட்டே?" என்று கேட்டேன் நான்.

"எனக்குத் தெரியலே வைத்தி, அந்தப் பெண்ணைப் பார்த்து எனக்கு ஒன்றும் சொல்லத் தோன்றவில்லை. அவள் கண்களை பார்த்தாயா? ஏதோ மாதிரி இல்லை. நிச்சயமாக ஏதோ ஒன்று அவளிடம் இருக்கிறது. அது என்னவென்றுதான் எனக்கு விளங்கவில்லை" என்றான் சண்முகம்.

ராஜலட்சுமி எல்லோரையும்போலத்தான் இருந்தாள். உடுத்தினாள். அதிகம் பேசவில்லை. பேசாத டைப் பெண்கள் இருக்கத்தானே செய்கிறார்கள். அதுகூட விசேஷமாகத் தோன்றவில்லை. ஆனால், எப்பொழுதும் எதையோ பறிகொடுத்தவள் மாதிரி, தூக்கத்தில் எழுந்து நடப்பவள் மாதிரி அவள் இருந்தாள்.

அந்த ஒரு வாரத்தில் சண்முகம் என்னிடம் பலமுறை அது பற்றிக் கேட்டுவிட்டான். எனக்கும் விளங்கத்தான் இல்லை. கல்லூரியில் முதல் ஆண்டு சேர்ந்த பெண்களுக்கு இருக்கும் உற்சாகம், துள்ளல் எதுமே அவளிடம் இல்லை. கிராமத்துப் பெண்கள் உடுத்தும் உடைபோல மிகச் சாமானியமாக உடுத்தினாள். முகத்துக்கு பவுடரோ, கண்ணுக்கு மையோ இடுவது இல்லை. இத்தனைக்கும் அழகி இல்லை என்று கூறிவிட முடியாது.

ஒருநாள் கல்லூரிவிட்டு ராஜலட்சுமி விடுதிக்குச் சென்றுகொண்டிருந்தபோது, பெட்டிக் கடையில் நின்று சிகரெட் பிடித்துக்கொண்டிருந்த எங்கள் கண்களில் அவள் தட்டுப்பட்டாள்.

"வா" என்று என்னிடம் சொல்லிவிட்டு, சண்முகம் விடுவிடுவென அவளை நோக்கி நடந்தான். அவள் அருகில் சென்று, "வணக்கம்" என்றான்.

திடுக்கிட்ட அவள் பதிலுக்கு "வணக்கம்" என்றாள்.

"நான் சண்முகம், மூன்றாம் ஆண்டு. இவர் வைத்தீஸ்வரன், இவரும் மூன்றாம் ஆண்டுதான். நான் உங்களிடம் ஒன்று கேட்க வேண்டும். பேசிக்கொண்டே நடக்கலாம்" என்றான்.

நடந்தோம்.

"ஏன் எப்பவுமே ஒரு மாதிரி இருக்கிறீர்கள்? இதைக் கேட்க எனக்கு என்ன உரிமை இருக்கிறதென்று கேட்காதீர்கள்.

தயவுசெய்து கேட்காதீர்கள். மனிதனாக இருப்பதால்தான் கேட்க வேண்டியிருக்கிறது. ஏன் எதையோ பறி கொடுத்த மாதிரி இருக்கிறீர்கள்? என்ன துக்கம் உங்களுக்கு? தயவுசெய்து என்னிடம் சொல்லுங்கள். என்னால் முடிந்ததை நான் உங்களுக்குச் செய்கிறேன். ராஜலட்சுமி, சத்தியமாகச் சொல்லுகிறேன். என்னை நம்புங்கள். உங்கள் துக்கம் எதுவானாலும் என்னிடம் சொல்லுங்கள்" என்றான் சண்முகம்.

நாங்கள் துக்காம்பாளையத் தெருவுக்கு வந்திருந்தோம். ஆள் அரவம் அற்ற தெரு அது. ராஜலட்சுமி நின்று அவனைப் பார்த்தாள். அவள் கண்கள் கலங்கியிருந்தன. கண்ணாடிப் பெட்டிக்குப் பின்னால் இருக்கிற காகிதப் பூச்செடி மாதிரியான ஜீவனற்ற சிரிப்பொன்று அவள் முகத்தில் தவழ்ந்தது.

"ஒன்றுமில்லை, உங்களுக்கு மிகுந்த நன்றி" என்றுவிட்டு அவள் வேகமாக நடக்கத் தொடங்கினாள். நாங்கள் அங்கேயே நின்றோம்.

எங்கள் அறையை ஒட்டி ஒரு மொட்டை மாடி இருந்தது. இரவு உண்டு முடித்து, உறக்கம் வரும் வரை மொட்டை மாடியில் சாய்வு நாற்காலியைப் போட்டுக்கொண்டு நாங்கள் பேசிக்கொண்டிருப்பது எங்கள் வழக்கம். கடந்த சில நாட்களாகச் சண்முகம் பாயில் படுத்து நான் பார்க்கவில்லை. சாய்வு நாற்காலியில் இருந்தபடி சிகரெட்டுகளைப் புகைத்தவாறு இருந்தான். அதிலேயே தூங்கினான். அமிர்தா, சுப்புலட்சுமி இருவரும் சண்முகத்துக்காக ராஜலட்சுமியிடம் சென்று பேசிப் பார்த்தார்கள். சண்முகத்துக்குச் சொன்ன பதிலையே அவர்களுக்கும் சொன்னாள் ராஜலட்சுமி.

சண்முகம் காரியத்தில் இறங்கினான். பியூனுக்குப் பணம் கொடுத்து அவள் சொந்த ஊர் முகவரியைப் பெற்றான். என்னிடமும் கொஞ்சம் பணம் வாங்கிக்கொண்டு அவள் ஊருக்கே புறப்பட்டான்.

எனக்கு நேராகத் துன்பங்கள் நேர்வதில்லை. என் நண்பர்களின் துன்பங்களே என் துன்பங்களாகி என்னை அலைக் கழித்து, சித்திரவதை செய்யும். சண்முகம் திரும்பி வர, நான்கு நாட்கள் ஆகின. பயணக் களைப்புத் தீரக் குளித்து முடித்து ஆடை மாற்றிக்கொண்டு வந்தவன் என்னிடம் சொன்னான்.

"வைத்தி, ராஜலட்சுமி ரொம்பச் சாதாரணக் குடும்பத்துப் பெண். நாலு அக்காள். ரெண்டு தம்பி இவளுக்கு. அப்பா

சின்ன மிராசுதார். அவளுக்கும், அந்த ஊர் உயர்நிலைப் பள்ளி ஆசிரியன் ஒருவனுக்கும் காதல் மலர்ந்திருக்கிறது. இருவரும் சந்தோஷமாக இருந்திருக்கிறார்கள். விஷயம் இவள் அப்பாவுக்குத் தெரிந்திருக்கிறது. பெண்ணை அடித்து மிரட்டிவிட்டு, ஆள் வைத்து அந்த வாத்தியாரையும் அடித்திருக்கிறார். பயந்து போன அவன், சொந்த ஊருக்கே போய்ச் சேர்ந்திருக்கிறான். போனவன் கையோடு கல்யாணமும் செய்துகொண்டு 'செட்டில்' ஆகிவிட்டான். பெண்ணுக்கு ஒன்றும் ஆகிவிடக்கூடாதே என்பதற்காகவும், ஊர் மற்றும் புறம் பேசும் பேச்சுக்குப் பயந்தும், பெண்ணைக் கல்லூரியில் சேர்த்து விட்டிருக்கிறார்கள். ராஜலட்சுமிக்குப் படிப்பில் ஈடுபாடு இல்லை. அவனையும் அவன் துரோகத்தையும் மறக்க முடியவில்லை. மனசுக்குள் நினைவுகளால் கீறிக் கீறி இரத்தத்தை வடித்துக்கொண்டு வாழ்ந்துகொண்டிருக்கிறாள்."

அவன் பெருமூச்சு விட்டான். சோகத்தில் ஆழ்ந்தவனாக, என்னைப் பார்த்துச் சொன்னான்.

"நான் அவளை நேசிக்கிறேன் வைத்தி. என் மனசின் அடி ஆழத்திலிருந்து நேசிக்கிறேன் வைத்தி. அவள் அதை அறிவாளா? காலம் அவள் புண்ணுக்கு மருந்திடும். உலகத்தை நேராகச் சீக்கிரமே அவள் பார்க்கட்டும் என்று வேண்டிக்கொள் வைத்தி. காலமெல்லாம் என் நெஞ்சில், என் உயிரில் அவளை வைத்துச் சீராட்டுவேன், கொண்டாடுவேன், வழிபடுவேன்! என்பதை அவள் தெரிந்துகொள்ளும் நாள் வருமா? சொல், சொல் வைத்தி சொல்" என்றவன், நான் சற்றும் எதிர்பாராத வகையில் என் தோளில் முகம் புதைத்து அழுதான்.

நிலைமை மாறும் என்று எதிர்பார்த்தேன். ஆனால் அது வேறு விதமாக மாற்றமடைந்தது.

வகுப்புக்குள் ஒருநாள் வாந்தி எடுத்து மயக்கம் அடைந்தாள் ராஜலட்சுமி. கல்லூரி டாக்டர் வரவழைக்கப்பட்டார். பரிசோதித்துப் பார்த்த பிறகு, அவர் சொன்னதைக் கேட்டு பிரின்ஸிபல் உடம்பு ஆடிற்று. ராஜலட்சுமி தாய்மை அடைந்திருந்தாள்.

ஓர் ஆறு மாதக் குழந்தையை அவள் வயிற்றில் சுமந்துகொண்டிருந்தாள். பிரின்ஸிபல் சொன்னார், "அப்பப்பா! தப்பிச்சேன். இவள் காலேஜில் அட்மிஷன் ஆகி மூன்று மாதம்தான் ஆகிறது. ஆகவே, இது நம் காலேஜிலே சேர்ந்த

பிறகு ஏற்பட்ட பிரச்சினை இல்லை. சுலபமாக டி. சி கொடுத்து அனுப்பிவிடலாம். ராமமூர்த்தி! உடனே அவள் அப்பாவுக்குத் தந்தி கொடுத்து அவரை வரவழை. அவர் கையிலே அவளை ஒப்படைத்து 'பேக்' பண்ணி அனுப்பினால்தான் எனக்குச் சோறு தொண்டைக்குள் இறங்கும்."

மனிதர்கள் எப்படியெல்லாம் இயங்குகிறார்கள் என்று இருந்தது எனக்கு. சக மனிதருக்கு நேர்ந்த துன்பத்தை நீக்க நம்மால் என்ன ஆகும் என்று யாரும் சிந்திப்பதில்லை. எந்தத் துன்பத்திலும் நாம் சிக்கிக் கொள்ளக்கூடாது என்பதில்தான் அனைவருக்கும் கவனம். மனிதர்கள் சுயநல மோகிகள்தானா? மொத்தத்தில் எல்லோருமே உதிரிகள்தானா?

அன்று மாலைக்குள் ராஜலட்சுமி அப்பாவிடமிருந்து பதில் தந்தி வந்தது.

"அவள் எனக்கு மகள் அல்ல. நீங்கள் எந்த நடவடிக்கை வேண்டுமானாலும் தங்கள் எண்ணப்படி எடுத்துக்கொள்ளுங்கள்"

நான் இதை எதிர்பார்க்கவில்லை. சண்முகம் இது இப்படித்தான் வளரும் என்று எதிர்பார்த்திருக்கக் கூடும். மாணவியர் விடுதி இருந்த துக்காம்பாளையத் தெருவின் முனையில் இருந்த பெட்டிக் கடையிலேயே, அவன் விடியல் முதல் கால் கடுக்க, மாற்றி மாற்றிப் புகைத்துக்கொண்டு நின்றிருந்தான். சுமார் எட்டு மணி அளவில், விடுதியின் வாயிலில் டிரங்க் பெட்டி ஒன்றும், படுக்கைச் சுருள் ஒன்றும் கொண்டுவந்து வைக்கப்பட்டது. அடுத்த இரண்டாம் நிமிடம் ராஜலட்சுமி தோன்றினாள். வீதியின் இருபுறத்தையும் நோக்கியபடி நின்றாள் அவள்.

சண்முகம் வேகமாக நடக்கத் தொடங்கினான். நானும் அவனைப் பின் தொடர்ந்தேன். அவள் அருகில் போய் நின்றான். குரல் அடைக்க, அவளிடன் சொன்னான்.

"புறப்பட்டுட்டீங்களா, ராஜலட்சுமி?"

அவள் தலையைக் கவிழ்ந்துகொண்டு சொன்னாள். "நானா புறப்படலே. அவர்கள் புறப்படச் சொல்லிவிட்டார்கள்"

"தெரியும், எங்கே போகப் போகிறீர்கள்?"

அவள் தெரியாது என்பதாகத் தலையசைத்தாள்.

உங்கள் வீட்டுக்குப் போக முடியாதா?"

முடியாது என்பதாகத் தலையசைத்தாள் அவள்.

உலகம் ஸ்தம்பித்து நின்றது எங்களிடம். சண்முகம் தெளிவான குரலில் சொன்னான்: "ராஜலட்சுமி, நீங்கள் விரும்பினால் என்னுடன் வரலாம். உங்களுக்கு சம்மதம் என்றால், நான் உங்களை ஏற்றுக்கொள்கிறேன். இனி ஒருபோதும், உங்கள் வாழ்நாளில் நீங்கள் அழும் நிலை வராமல், நான் உங்களைப் பார்த்துக்கொள்கிறேன்."

அவள் அவனை நிமிர்ந்து பார்த்தாள். பார்த்தவாறு இருந்தாள். அவள் ஏதேனும் சொல்வாள் என்று எதிர்பார்த்தேன். இல்லை. அவள் கண்களிலிருந்து கசிந்து வழிந்தது கண்ணீர். நாங்கள் அவளைப் பார்த்த பல மாதங்களில், முதன்முறையாக அவள் முகத்தில் புன்னகை தோன்றியது. முதல்முதலாகச் சிரிப்பும் அரும்பியது. அவள் மெல்லிய குரலில் கேட்டாள்.

"என்ன சொல்கிறீர்கள்?"

சண்முகம் சொன்னான்; "நான் உங்களை ஏற்றுக்கொள்கிறேன். நான் உங்களைத் திருமணம் செய்துகொள்கிறேன்"

அவன் குனிந்து அவள் பெட்டியை எடுத்துக்கொண்டான். படுக்கைச் சுருளையும் எடுக்கப் போனான்.

"அதை எனக்குக் கொடுப்பா" என்றபடி நான் அதை வாங்கிக்கொண்டேன்.

இருவரும் நடக்கத் தொடங்கினார்கள்.

நான் அவர்களைப் பின் தொடர்ந்தேன்.

எனக்கு தார் ரோடு, காலுக்குக் கீழே பஞ்சு மெத்தையாக மெல்லிட்டது. சூரியன் பன்னீர் தெளிப்பதாகப்பட்டது. மகாத்மாக்கள் போர்பந்தரில்தான் பிறக்க வேண்டுமா? நம் அண்டை வீட்டிலும் தோன்றலாம். அவன் தலைக்குப் பின்னால் ஒளி வட்டம் இருக்காது. நம்மோடு தெருமுனைக் கடையில் அவனும் டீ குடித்துக்கொண்டு நிற்பான். நாம் ரேஷன் வாங்கும்போது, அந்தக் கடையில்தான் அவன் வாங்குவான். நம்மைப்போலத்தான் உடுத்துவான். சொர்க்கம் என்கிறார்களே, அது துக்காம்பாளையத் தெருவுக்குள் வந்துவிட்டதாகத் தோன்றியது எனக்கு.

1988

வாசனை - 2

1

செண்பக ராஜலட்சுமிக்கு ஜனவரி பிறந்தால் முப்பத்தாறு வயது நிரம்பிவிடும். அரசு நிர்வாகத்தில் இருக்கும் ஒரு கல்லூரியில், ஒரு துறைத் தலைவராக வேலை பார்க்கிறாள். நிறைந்த சம்பளம்தான். இந்தியா போன்ற நாட்டில் அந்தச் சம்பளம் பெரிய தொகைதான். அவளிடம் கலர் டி.வி. மற்றும் வி.சி.ஆர்., ஒரு குட்டி ஃபிரிட்ஜ் முதலான சகல வஸ்துக்களும் இருக்கின்றன. சமையல் அறையில், அரைவை மிக்ஸர், முதலான நவீன இயந்திரங்கள் அனைத்தும் இடம் பெற்றிருக்கின்றன. நூக்க மர பீரோவில், எல்லா சந்தர்ப்பங்களுக்கும் பொருந்தும்படியான புடவைகள் வைத்திருக்கிறாள். திருமணம், வரவேற்பு, புதுமனை புகுவிழா, புஷ்பவதிக்கு நீராட்டும் விழா, நண்பர் வீடுகளுக்கு மதிய அல்லது இரவு உணவுக்குச் செல்லும் வைபவம், கடற்கரை உலாவல், அலுவலகம் செல்லத் தக்க உடை, நெருங்கியவர் மரணச் சடங்குக்குச் செல்லும் வகை ஆடை அனைத்தும் ரக வாரியாக அடுக்கி வைத்திருக்கிறாள். வங்கியில், கணிசமான தொகை அவள் இருப்பில் உள்ளது. தவிர, அவள் சம்பளத்தில் பிடித்தமாகும் பணம் ஓய்வு பெறுகையில் கிடைக்கும். தவிர, நான்கு பீரோக்களில் ஏராளமான நல்ல புத்தகங்களைப் படித்துப் பாதுகாத்து வைத்திருக்கிறாள். படுக்கையறையில் இதமும், மென்மையும் குளிர்ச்சியும் கொண்ட ஓர் ஒற்றைக் கட்டில் வைத்துள்ளாள். தவிர, லோஷன் மணக்கும் குளியல் அறையும் உண்டுதான்.

மக்கள் பார்வையில், செண்பகாவின் வாழ்க்கை வெற்றி பெற்ற வாழ்க்கைதான். தஞ்சாவூரிலிருந்து வருஷத்துக்கு ஒரு மாசம் செண்பகாவோடு வந்து தங்கும் சித்தி சொல்வாள். “உனக்கென்னடியம்மா ராஜாத்தி! கைநிறையச் சம்பளம். பிக்கல் பிடுங்கல் இல்லாமே ஹாயா இருக்கே” என்பாள். அந்தச் சித்தி, இரண்டு பிள்ளைகள், அவர்களின் மனைவிமார்கள், பேரன் பேத்திகள் ஆகியோர்களோடு இருந்துகொண்டு, ஒரு சின்னஞ்சிறிய வீட்டில், சமைத்துப் போட்டுக்கொண்டு, புழுங்கி வியர்த்துக்கொண்டு இருப்பவள். ஆகவே செண்பகாவின் தனி வாழ்க்கை ஹாயாக இருப்பதாகத் தோன்றுகிறது. ஆனால் இதே சித்தி, மற்ற உறவுக்காரர்களிடம் என்ன சொல்வாள்?

செண்பகாவின் குணம் வாங்கிப் போட்டுக்கொள்வதல்ல, எதிரொலிப்பது.

சித்தி ஒருமுறை இது மாதிரிப் பேசுகையில், செண்பகா சொன்னாள்.

“ஏன் சித்தி! என்கிட்டே நான் ஹாயாக இருக்கிறதாச் சொல்றே! ஆனா, விழுப்புரம் பெரியம்மாகிட்டே, ‘அவ கிடக்கிறா துடைகாலி. பொண்ணா அவள்? பொண்ணுன்னா காலா காலத்திலே ஒரு கல்யாணத்தைப் பண்ணிக்கிட்டு, குழந்தை குட்டி பெத்து, குப்பைக் கொட்ட வேண்டாமா? இது என்ன, சாமியார் வாழ்க்கை, பொண்ணு தனியா இருக்கிறதாவது, கண்ட கண்ட தடியனோடெல்லாம் சிரிச்சுப் பேசிக்கிட்டு, இளிச்சு இழைஞ்சுக்கிட்டு! தூ...’ அப்படீன்னு சொன்னியாமே?”

செண்பகா, முகத்துக்கு நேராக இப்படிச் சொன்னதும் சித்தியின் முகம் விளக்கை அணைத்ததைப்போலாகிவிட்டது. சித்தி மறுநாளே ஊருக்குக் கிளம்பியவள், இரண்டு வருஷமாக செண்பகாவைப் பார்க்க வருவதில்லை.

செண்பகா யோசித்தாள். “தான் தனியாக இருப்பது இவர்களை ஏன் இப்படி உறுத்துகிறது?”

2

அபிராமி நகரில், ஒரு மாடி போர்ஷன் காலியாக இருப்பதாக அறிந்து, தன்னுடன் பணியாற்றும், சகப் பேராசிரியை

மதன கல்யாணியோடு அந்த வீட்டைப் பார்க்கச் சென்றாள் செண்பகா.

பார்த்த மாத்திரத்தில், ஒரு மரியாதையைத் தோற்றுவிக்கத் தக்கதாய் இருந்தது வீடு. வீடுகளுக்கும் முகங்கள் இருந்தன. அழகிய முகங்கள். பணிவான முகங்கள். கர்வம் பொங்கும் முகங்கள். அலட்சியம் செய்யும் முகங்கள். செண்பகாவைப் பார்த்து, அந்த வீடு தன் இரு கைகளையும் கூப்பி வணக்கம் செய்வதாகத் தோன்றியது அவளுக்கு. காம்பவுண்டுக்குள் வேம்பும், நாலைந்து தென்னைகளும், ஒரு பவழ மல்லியும், புதராய்ச் சம்பங்கியும் இருந்தன. மாடி போர்ஷனுக்குத் தனியாகப் படிகள், வாசலிலேயே தொடங்கின. நுழைந்ததும் ஒரு சின்ன வரவேற்பரை. இரு பக்க ஜன்னல்களிலிருந்தும் காற்றும் வெளிச்சமும் வெள்ளமாய்ப் பிரவகித்தன. வரவேற்பறையை ஒட்டி ஒரு ஹால். ஹாலை வெட்டிக்கொண்டு குளியல் இணைப்புடன் கூடிய ஒரு படுக்கையறை. ஜன்னலைத் திறந்ததும், தென்னங்குலைகள் தெரிந்தன. ஓலைகள், ஜன்னல்கள் கம்பிகளை உரசின. வீடு செண்பகாவுக்கும், செண்பகா வீட்டுக்கும் பரஸ்பரம் பிடித்துப் போனார்கள்.

வீட்டு உரிமையாளரிடம் செண்பகா தன் மகிழ்ச்சியைத் தெரிவித்துக்கொண்டாள். உரிமையாளருக்குப் பின் நின்றிருந்த நடு வயதுப் பெண்மணி கேட்டாள்.

“எத்தனை பேர் நீங்க?”

“அப்படீன்னா?”

“எனக்குக் குடும்பம் இல்லை. நான் ஒருத்திதான். எப்பவாவது வருஷத்துக்கு ஒருமுறை என் உறவுக்காரர்கள் யாராவது வருவார்கள்.”

வீட்டு உரிமையாளரும், அந்தப் பெண்மணியும் ஒருவர் முகத்தை ஒருவர் பார்த்துக்கொண்டார்கள்.

“நீங்க கல்யாணம் பண்ணிக்கலையா? இல்லை... அவர் இப்போ இல்லையா?”

“கல்யாணம் பண்ணிக்காதவர்க்கும், விதவைக்கும் வீடு கிடையாதா?”

இடைமறித்து அந்தப் பெரியவர் சொன்னார்.

"அதுக்கில்லை, தனி பொம்மனாட்டிக்கு அவ்வளவு பெரிய போர்ஷன் வேண்டியிருக்குமா?"

"அதைத் தீர்மானிக்க வேண்டியது நான்தானே சார். என்னாலே வாடகை கொடுக்க முடியும். உங்களுக்கு வீடு கொடுக்க முடியுமா, முடியாதா?"

மதன கல்யாணிக்கு, தான் தலையிட வேண்டும் என்று தோன்றியது.

"சார்... இவங்க டாக்டர். செண்பகா ராஜலட்சுமி. தமிழ்த் துறைத் தலைவராக இருக்காங்க. நிறைய புத்தகங்கள் எல்லாம் எழுதியிருக்காங்க. நீங்கள்கூட இவங்க பெயரைக் கேள்விப் பட்டிருக்கலாமே!"

"அம்மா, அது தெரிகிறது. இவங்க கௌரவப்பட்டவங்க என்கிறது தெரிகிறது. ஆனா, ஒரு தனியா இருக்கிற பெண்ணுக்கு, எப்படின்னுதான் யோசிக்கிறேன்..."

பெரியவரை யோசிக்கவிட்டு, செண்பகாவும் மதன கல்யாணியும் வெளியே தெருவுக்கு வந்தார்கள். தெருமுனை பஸ் நிறுத்தத்துக்கு வரும்வரை அவர்கள் மௌனமாகவே நடந்தார்கள். வெயில் மிக உக்கிரமாக இருந்தது. வாகனங்களின் புகை, பூமியை விழுங்கிவிட்டதாகத் தெரிந்தது.

"இம்மா பெரும் உலகத்தில், வீடா கிடைக்காது செண்பகா? வேறு வீடு பார்க்கலாம்."

"வீட்டுக்குப் பஞ்சம் இல்லை. ஆனால் மனுஷர்? ஒன்று புரிகிறது, ஒரு பெண் தனியாக இருப்பதை யாராலும் தாங்கிக்கொள்ள முடியவிலை."

"தப்பாக நினைக்கிறார்களோ?"

"அப்படி மட்டும் சொல்ல முடியாது, மதனா! பெண்ணைத் தாயாக, மகளாக, மனைவியாக மட்டுமே சமூகம் பார்க்கிறது, தாயாக இருந்தால் மகனோடு, மகளாக இருந்தால் பெற்றோர்களோடு, மனைவியாய் இருந்தால் ஒரு புருஷனோடு சேர்த்துப் பார்த்தே பழகிவிட்டார்கள். தனியாக ஒருத்தி வாழ முடியும் என்பதை ஏற்க, அவர்களுக்குச் சங்கடமாக இருக்கிறது. காரணம் பெண்ணை ஒரு தனி மனுஷியாகப் பார்க்க யாரும் தயாராக இல்லை."

3

அந்த வாரம் வேலை மிகக் கடுமையாக இருந்தது. செண்பகாவுக்கு, ஆறு நாட்களின் கடின உழைப்பு அவள் கண்களில் தெரிந்தது. கண்கள் பஞ்சடைந்தது போலவும், கண்களுக்குக் கீழே திடீரென்று இரு கருவளையங்கள் வந்தது மாதிரியும் இருந்தது அவளுக்கு. அதோடு, அவளுக்குச் சிரமம் தரத் தொடங்கியிருந்த அந்த மூன்று நாட்களும் வேறு அந்த வாரத்தில் வந்து சேர்ந்துகொண்டது. உடம்பு, அவளை கெஞ்சுவது கேட்டது. செண்பகாவுக்குத் தலைவலி விட்டுவிட்டு, மதியத்திலிருந்து அவளை வேலை செய்வதனின்றும் தடுத்தது. கடந்த இரண்டு மாதங்களாகவே டாக்டரைப் பார்க்க வேண்டும் என்று அவளுக்குத் தோன்றிக்கொண்டிருந்தாலும் நான்காம் நாளில் கிடைக்கும் ஒருவகை வலிக் குறைவு, அவள் யோசனையை மாற்றியபடி இருந்தது. மணிக்கு ஒருமுறை சுரீரென்று குத்துவதுபோல் வரும் வயிற்று வலி, அன்று அவளைப் படுத்தியது. கண்டிப்பாய் நாளைக் காலை டாக்டரைப் பார்க்க வேண்டும் என்று தீர்மானித்தாள் செண்பகா. மறுநாள் ஏதோ விடுமுறை, ஆங்... மகாவீர் ஜெயந்தி.

வெயில், மரங்களின் தலையில் அமர்ந்திருந்தது. மணியைப் பார்த்தாள் செண்பகா. நான்குக்கு மேல் ஆகிவிட்டிருந்தது.

“புறப்படலாமா?” என்றாள் செண்பகா, மதன கல்யாணியைப் பார்த்து.

“என்ன ஒரு மாதிரி இருக்கே? உடம்பு சரியில்லையா?”

“என்னென்னவோ கோளாறு. அதோடு அதுவும் சேர்ந்துடுச்சு ஓவர் பிளீடிங்”

“டாக்டரைப் பார்க்க வேண்டியதுதானே?”

“நாளைக்குத்தான் போகணும்...”

பையை எடுத்துத் தோளில் மாட்டிக்கொண்டு கிளம்பினாள் செண்பகா. மதனா தொடர்ந்தாள். வராந்தாவைக் கடந்து பிரின்ஸிபல் ரூமைக் கடந்து போகையில், பிரின்ஸிபாலின் அட்டெண்டர் வந்து, மேடம், புரொபசரைக் கூப்பிடுவதாகச் சொன்னான்.

"சரி, நீ போ மதனா. நான் மேடத்தைப் பார்த்துவிட்டு போய்க்கொள்கிறேன்"

மேடம் என்பவளுக்குச் சற்றேறக்குறைய செண்பகத்தின் வயதுதான் இருக்கும். செண்பகத்தைப்போலவே தனியள். பார்வைக்கு மிகவும் கிழண்டுபோய், நரைத்த முடியோடும், இறுகிப்போன, சதா சிந்தனையில் ஆழ்ந்துபோய் இருக்கும் மேடம் மேல், செண்பகாவுக்கு ஏனோ ஓர் ஒட்டுதல் இருந்தது. மேடத்தின் அறைக்குள் நுழைவதெனில், செண்பகத்துக்கு மிகப் பிடிக்கும். காரணம் அதன் தூய்மை. அனாவசியமான தூசும், துரும்பும், பேப்பர்களும் இல்லாது, பளிச்சென்று துடைத்து வைத்தாற்போல, தன்னை, தன் மேசையை, தன் அறையை வைத்திருப்பாள் மேடம்.

"மேடம் அழைத்தீர்களாமே" என்றவாறு, மேடத்தின் முன் போய் அமர்ந்தாள் செண்பகா.

"சாரி, போய்க்கொண்டிருந்த உன்னைக் கூப்பிட்டுட்டேன்."

"அதனால் என்ன, எங்கே செண்பகா வரல்லையேன்னு எதிர்பார்க்க யார் இருக்கா?"

மேடம், செண்பகாவைக் கூர்ந்து பார்த்தாள். அவளுக்கே உரிய சோகம் கவிந்த முகத்தோடு, பெருமூச்சொன்றை விட்டுக்கொண்டாள்.

"நொந்துக்கிறையா?"

"நோதல் என்ன, சந்தோஷித்தல் என்ன, இரண்டையும் கடந்து ரொம்ப நாளாச்சு..."

செண்பகா சிரித்துக்கொண்டுதான் இதைச் சொன்னாள்.

"நாம் இருவருமே ஒரு படகில்தான் பிரயாணம் செய்கிறோம்..." என்றாள் மேடம்.

"இரு..." என்றவாறு, எழுந்து பாத்ரூம் அறைக் கதவைத் திறந்துகொண்டு உள்ளே போய், முகத்தைத் துடைத்தபடி வெளியே வந்தாள்.

"செண்பகா... நாளைக்குக் காலைலே ஒன்பது மணிக்கு வர முடியுமா?"

"ஏன்?"

"பாடப் பங்கீட்டை முடிச்சுடலாம்னு பார்க்கிறேன்."

“நாளைக்கு வேண்டாமே மேடம். நாளைக்கு மறுநாள் வச்சுக்கலாமே”

“ஐயோ! நான் என் சொந்த வேலையா பாம்பே போறேன். திரும்ப ஒரு வாரம் ஆகுமே.”

“அவசரம்னா, புரொபசர் மார்கரெட்டை வச்சு முடிச்சுடுங்களேன். அப்புறம் நான், ஏதாவது மாற்றம் பண்ண வேண்டியிருந்தா பண்ணிக்கறேன்.”

“ஐயோ, நான் சும்மா உன்னைத் தொந்தரவு செய்வேனா! மார்கரெட்டை நான் கேட்டுட்டேன். அவங்க, ‘என்ன மேடம், என்னைச் சொல்றீங்களே, ஒரு கண்ணு தெரியாத மாமியார், நடக்க முடியாத மாமனார், நாலு பையன்கள், இதுகளுக்கெல்லாம் வடிச்சுக் கொட்டி, வெந்ததும் வேகாததுமா கொட்டிக்கிட்டு காலேஜ் வருகிறேன் நான். கிடைக்கிற ஒருநாள் விடுமுறையில அக்கடான்னு படுத்துப் புரளணும்போல இருக்கு எனக்கு. ஏன் செண்பகாவைக் கூப்பிட வேண்டியதுதானே? குடும்பமா, குழந்தையா, குட்டியா? ஒண்டிக்காரி. வான்னா, வருவாள்!’ அப்படீங்கறாங்க. என்ன பண்ண?”

முள்.

வார்த்தைகள் ரோஜா இல்லை. பின், அவற்றுடன் முள் எப்படி ஒட்டிக்கொண்டு வரும்? வந்ததே? வலிக்கவும் செய்கிறது. கடுக்கவும் செய்கிறது. முள் குத்தினால் இரத்தம் வருமா? வந்ததே! ஆவி துடிக்குமா? துடித்ததே!

செண்பகா சொன்னாள்:

“மேடம்... எனக்குக் குழந்தை, குட்டி இல்லை. ஒப்புக்கறேன். ஆனா, குடும்பம் இல்லாமே இருக்குமா? நான் நடத்துவது குடும்பம் இல்லையென்றால், பின் வேறு என்ன? நான் நடத்துவதற்கு என்ன பெயர்? விபச்சாரமா? விடுதியா? அல்லது சாராயக் கடையா?”

செண்பகாவுக்கு இரைத்தது. பதற்றத்தில் உதடுகள் துடித்தன. கன்னங்கள், காதுகள் கோபத்தில் சிவந்தன.

மேடம் தாக்கப்பட்ட உணர்வில் சொன்னாள்.

“அமைதி... அமைதி... பொறு செண்பகா. கட்டுப் படுத்திக்கொள். உன் கோபம், மார்கரெட் மீதா? அல்லது வேறு யார் மீதா? மார்கரெட் மீதுதான் என்றால், இவ்வளவு

கோபப்படும் அவசியம் இல்லை. மற்றவர்கள் மேல் என்றால், அது வீண். ஒன்று புரிந்துகொள் செண்பகா. மார்கரெட் உன்னைப் பற்றிச் சொன்னது எனக்கும் பொருந்தும் இல்லையா? நானும் உன்னைப்போல கோபப்பட்டிருக்கலாம் இல்லையா? ஏன் படவில்லை? நாம் மற்றவர்களைப்போல் இல்லை என்பதை நாம் அறிவோம். அதனாலேயே, மற்றவர்கள் நம்மைத் தூற்றுவார்கள் என்பதையும் நாம் எதிர்பார்த்திருக்க வேண்டும்தானே? அந்த மாதிரி விமர்சனங்கள் எல்லாம் நமக்குப் பாதகமாகாமல் இருக்கும்படியாக நம் மனசை நாம் தயாரித்துக்கொள்ள வேண்டாமா? உன் போக்கு உனக்குச் சரியென்றால், நீ தேர்ந்தெடுத்துக்கொண்டிருக்கிற வாழ்க்கைமுறை உனக்குச் சம்மதம் என்றால், மற்றவர் உன்மீது வைக்கிற விமர்சனத்தை நீ ஒதுக்கித் தள்ள வேண்டும் அல்லவா? மற்றவர் அபிப்பிராயம் உன்னைத் தொந்தரவுபடுத்துகிறது என்றால், உன் மீதே உனக்கு நம்பிக்கை இல்லை என்பது பொருள்."

மேடம் எழுந்து வந்து செண்பகாவின் தோளை ஆதரவாகப் பற்றிக்கொண்டாள்.

4

ஸ்டேஷனைவிட்டு இறங்கிக் காலாற கொஞ்ச தூரம் நடந்து மேற்கைப் பார்த்துத் திரும்பி மீண்டும் நடந்தீர்கள் எனில், ஒரு வெட்டவெளி வரும். வெட்டவெளி என்பது குப்பைக் கொட்டும் இடம். லாரிகளில் வரும் நகர சபைக் கழிவுகள் சேமித்து வைக்கும் இடமாகவும், சுற்றுப்புறத்துக் குடிசை வாழ் மக்கள் மற்றும் அப்பக்கம் நடந்து போக நேரிட்டோர் உபாதைகளைக் கழிக்கும் கழிப்பிடமாகவும் அது பயன்பட்டது. வெளியைக் கடந்து வந்தீர்கள் எனில், குபுக்கென்று மண்ணில் இருந்து பீச்சி அடிக்கும் நீர்ச்சுனைகளைப்போல், குடியிருப்புப் பகுதியும், வீடுகளும் உங்கள் கண்களில் தட்டுப்படும். 'சீதை அபார்ட்மென்ட்ஸ்' என்கிற பெயரில், ஒரு புதிய கொத்து பிளாட்டுகள், இதழோரம் முளைத்த சிங்கப் பல் மாதிரி துருத்திக்கொண்டிருக்கும்.

சீதை பிளாட்ஸ்களை ஒட்டிய பக்கத்து மனையில், கூரை போட்டுக்கொண்டு, தமிழரசன் மிதிவண்டி நிலையம் வைத்திருந்தான். அவன் அப்பா திருவாரூர்க்காரர். ஆகவே அழகாக அவனுக்குத் தியாகராஜன் என்று பெயர் சூட்டியிருந்தார்.

ஆனால், அவனோ அரசியல் ஈடுபாடு காரணமாகவும், அரசியல் வழி ஏற்பட்ட தமிழ் ஈடுபாடு காரணமாகவும் தன் பெயரைத் தமிழரசன் என்று மாற்றிக்கொண்டான். ஏதோ ஒரு வகையில் அரசன்!

தமிழரசன் மிதிவண்டி நிலையத்துக்கு இளைஞர்கள், இரு காரணம் பற்றிக் கூடுவார்கள். ஒன்று அங்கு வாங்கிப் போட்டிருக்கும் சூடான செய்திகள் வெளிவரும் காலை, மாலைப் பத்திரிகைகள் படிக்க; இரண்டு நிலையத்துக்குச் சற்று தூரத்தில்தான் ஒரு மகளிர் கல்லூரி இருந்தது. தமிழரசனின் நெருங்கிய நண்பன் எழில். வேலை தேடிக்கொண்டிருப்பவன். அவ்வப்போது கடைக்கு வந்து, நாட்டு நடப்பை வாசித்து அறிந்து, அவ்வப்போது 'பராக்கு'ப் பார்த்துவிட்டுப் போகிறவன்.

மாணவிகள், கல்லூரிக்குள் சென்று அடைந்துவிட்ட, காலை பதினோரு மணி தெரு வெறிச்சோடிக் கிடந்தது. எழில் அப்போதுதான், அரசியல் தலைவர் ஒருவர், தலைவி ஒருத்தியைப் பார்த்து 'இழிமகள்' என்று சொன்ன செய்தியை வாசித்து முடித்திருந்தான். அதையே அசைபோட்ட வண்ணமாய் இருந்தான். சீதை குடியிருப்புகளில் ஒன்றில் குடியிருக்கும் செண்பகா, கதவைப் பூட்டி, மீண்டும் பூட்டை இழுத்துச் சரி பார்த்துவிட்டு, சாவியைப் பைக்குள் போட்டுக்கொண்டு, படி வழி கீழே இறங்கினாள். கடை வாசலில் நின்று, தமிழரசனைப் பார்த்து, "தம்பி, பால்காரி வந்தா, இன்னைக்குப் பால் வேண்டாம்னு சொல்லிடுங்க. நாளைக் காலைலே போட்டாப் போதும். என்ன சொல்லிடறீங்களா? ரொம்ப நன்றி" என்றாள்.

"சொல்லிடறேன் மேடம்" என்றான் தமிழரசன்.

செண்பகத்தின் உருவம் மறைந்ததும், எழில் தமிழரசனைக் கேட்டான்.

"ஏம்பா, இந்தப் பொம்பளை தனியாவா இருக்கு?"

"உம்"

"ஆம்பிளைத் துணை?"

"எனக்குத் தெரிஞ்சு இல்லை."

"பார்த்தா பந்தயக் குதிரை மாதிரி இருக்கா! துணை இல்லாமே எப்படி?"

பிரபஞ்சன் | 31

"இதெல்லாம் கண்ணுக்கு மறைவா நடக்கிற சங்கதி இல்லையா? நமக்கு எப்படிப்பா தெரியும்?"

"அதுசரி, புது பிரின்ஸிபாலுக்கும் அவளுக்கும் தொடுப்புன்னு பேசிக்கிறாங்களே..."

"நானும் பார்த்திருக்கேன், அவன் கார்லே இவள் வந்து இறங்குவா. ராத்திரி பத்து மணிக்கும் பன்னிரண்டுக்கும்."

"சுத்த பஜாரிங்க, கல்யாணம் கட்டிக்கிட்டு ஒருத்தனோட வாழறதுக்கு என்ன?"

மண்ணெண்ணெயில் ஊறிய செயினைப் பல் சக்கரத்தில் மாட்டியபடியே தமிழரசன் சொன்னான்.

"கல்யாணம் கட்டிக்கிட்டா ஒரு புருஷன்தானே?"

இருவரும் சிரித்தார்கள்.

செண்பகா, திரும்பித் திரும்பிப் பார்த்தவாறு நடந்தாள். சோதனையாக, ஆட்டோவே கிடைக்காமல் நடந்தே கல்லூரிக்குப் போக வேண்டியதாயிற்று. நிதானமாகச் சமைத்துச் சாப்பிட்டுவிட்டே கிளம்பியிருந்தாள். அவள் ரஸம் நன்கு வாய்த்திருக்கவே கூட இரண்டு பிடி உண்டுவிட்டாள் போலும், வயிறு 'களக் களக்'கென்று இரைச்சல் இட்டது. புதிய பிரின்ஸிபாலாய் வந்திருக்கும் சொல் விளங்கும் பெருமாள் நேற்றே அவளிடம் சொல்லியிருந்ததால், இன்று அவளுக்கு "பேப்பர் திருத்தும் வேலை இருக்கும். ஒரேயடியாகச் சாப்பிட்டுவிட்டு மதியமே வந்துவிடு. மாலை காப்பி, டிபன் இங்கேயே பார்த்துக்கொள்ளலாம். இரவு சாப்பாடு சித்தி அனுப்பி வைப்பாள், ரெண்டு பேருக்கும். இரவு எத்தனை நாழிகையானாலும், உன்னை வீட்டில் சேர்ப்பது என் பொறுப்பு" – அவர் அவளின் ஒன்று விட்ட சித்தப்பா. அப்பாவுக்கு ஒரு காலத்தில் ஒரு நெருக்கமான நண்பராய் இருந்தவர்.

5

மிக மேட்டுப்பாங்கான அந்த மேம்பாலத்தில், சைக்கிளை மிதித்துக்கொண்டே யாரும் கடப்பதில்லை. இறங்கி உருட்டிக்கொண்டுதான் கடப்பது வழக்கம். சிவா, இறங்கத் தயாராக இல்லை. அவன் உடம்பில் பல குதிரைகளின் சக்தி இருந்தது. அச்சக்தியை வெளிக்காட்டும் ஆசையும் இருந்தது.

ஆகவே மிதித்துக் கடந்தான். மக்கள் அனைவரும் அவன் ஆற்றலை வியந்திருப்பார்கள் என்றே மனசுக்குள் நினைத்துக்கொண்டான். அது தந்த உற்சாகத்தில் சைக்கிளை மிக வேகமாக மிதித்துச் சீதை குடியிருப்புக்கு வந்து சேர்ந்தான். சைக்கிள் ஸ்கூட்டர்களுக்கென்று கட்டியிருந்த நிழற்குடையில் வண்டியை நிறுத்தி, பூட்டி ஹாண்டில் பாரில் தூக்கணாங்குருவிக் கூடு மாதிரி தொங்கிய காய்கறிப் பையை எடுத்துக்கொண்டு, படிகளை நான்கே தாவலில் கடந்து முதல் மாடி முதல் வீட்டுக்கு முன் கதவைத் தட்டினான்.

செண்பகா கதவைத் திறந்தாள். சீப்பு, அவள் முடியிலேயே பொருத்தி வைக்கப்பட்டு இருந்தது. சிவா, காய்கறிப் பையைச் சமையல் அறையில் வைத்துவிட்டு வந்தான்.

"என்ன வாங்கி வந்திருக்கே?"

"கத்திரி, வெண்டை, வெங்காயம், பச்சை மிளகாய், கறிவேப்பிலை, இஞ்சி, ஹாங்... மறந்துட்டேனே உருளைக்கிழங்கு..."

"குட்... இரேன்... அரை மணியிலே சமைச்சுடறேன்..."

"வேணாம் மேடம், இன்னொரு நாளைக்குப் பார்த்துக்கலாம்..."

"உட்காரேன்"

சிவா, செண்பகாவுக்கு முன் அடக்கமாக அமர்ந்தான். தலையை வாரி ரப்பர் பேண்டால் முடித்துக்கொண்டு, "கொஞ்சம் இரு" என்றுவிட்டு எழுந்த செண்பகா, குளியல் அறை சென்று முகம் கழுவி நெற்றிக்கு இட்டுக்கொண்டு மீண்டும் வந்து அமர்ந்தாள்.

"அப்புறம், புதுசா ஏதாவது எழுதினியா?"

"கொண்டுவந்திருக்கேன் மேடம்" என்ற சிவா, தன் சட்டைக்குள்ளிருந்து ஊதுவத்திச் சுருணை மாதிரி ஒரு காகிதச் சுருளை எடுத்து அவள் முன் நீட்டினான்.

"என்ன இது?"

"கதைதான் மேடம்."

"அது தெரியும், அதை இப்படியா கொடுக்கிறது? வியர்வை ஈரம்பட்டு, தாள் எல்லாம் நனைஞ்சிருக்கு பார். உன் காரியத்திலே உசத்தியானது எழுதறதுன்னு நீ நினைக்கிறது உண்மையா இருந்தா, அந்தக் கதை எழுதறதுக்கு நீ உபயோகிக்கிற தாள், மை எல்லாம்கூட சுத்தமா, கௌரவமா இருக்க வேண்டும்தானே?"

“சாரி மேடம். இனிமே இப்படிச் செய்ய மாட்டேன்.?”

செண்பகாவுக்குச் சிரிப்பு வந்தது. அவள் சிரிக்கையில் அதிகமாக கண்கள் சிரிக்கும். அப்புறம் உதடுகள் விரியும். பல் வரிசைகள் புலப்படும். மேல் ஈறு தெரியாது. அவள் சிரிப்பது எதிராளியைத் தொற்றும்.

சிவாவும் சேர்ந்து சிரித்தான்.

“இத்தோடு ஆயிரம் வாட்டி, என்ன என்னத்துக்கெல்லாமோ ‘சாரி’ சொல்லிட்டே... பெரிய ‘சாரி’ மன்னம்பா நீ.”

“நீங்க ‘ஃப்ரீயா’ இருக்கும்போது படிச்சுப் பாருங்க மேடம்.”

“என்ன ‘ஃப்ரீ?’ இப்பவே...” என்றபடி கதையைப் படிக்கத் தொடங்கினாள் செண்பகா. அவ்வாறு பக்கக் கதையைச் சில நிமிடங்களில் படித்து முடித்தாள் அவள். சிவா, நகத்தைக் கடித்துக்கொண்டு அமர்ந்திருந்தான்.

“ப்ச்” இதுவும் காதல் கதைதானா? வாழ்நாள் பூரா, ஒரே கதையை எழுதிடறதுன்னு முடிவு பண்ணிட்டியா? பேரை மட்டும் மாத்தி ஒரே முக்கோணக் காதலை, எத்தனை காலம்தான் எழுதப் போறே, திரும்பத் திரும்ப...?

“நீங்கதானே மேடம் சொன்னீங்க”

“... ... ...”

“சாரி மேடம். உனக்குத் தெரிஞ்சதைத்தான் நீ எழுதணும்னு நீங்கதானே சொன்னீங்க?”

“சொன்னேன். உலகத்துல, காதல் ஒண்ணுதான் உனக்குத் தெரியுமா? அப்பா அம்மாவைத் தெரியாதா? அக்கா தங்கச்சியைத் தெரியாதா? சினேகிதர்களைத் தெரியாதா? நல்ல மனுஷங்களை, அயோக்கியத் தனங்களைத் தெரியாதா? இதையெல்லாம் எழுதக்கூடாதா?”

“ஒரு அரை மணி இரேன். ஒரு ரஸம் பண்ணி, வெண்டைக்காய் கறி பண்றேன். சாப்பிட்டுட்டுப் போயிடேன்”

“மதனா அக்காகிட்டே, சாப்பிட வர்றேன்னு சொல்லியிருக்கேன் மேடம்.”

செண்பகா எழுந்து நின்றாள்.

வெளிக் கதவைத் திறந்து, படி முனைவரை சென்று அவனை அனுப்பி வைத்தாள். திரும்பும்போது, எதிர் பிளாட் வாசலில் கோமு, பிள்ளையை இடுப்பில் வைத்து, சோறு ஊட்டிக்கொண்டு நின்றிருந்தாள். செண்பகாவைப் பார்த்துச் சற்றே உதடு கோணலாக "யாரு அந்தப் பையன்?" என்றாள் கோமு.

உள்ளே வந்து கதவைச் சாத்திக்கொண்டு, கதவின் மேலேயே சாய்ந்துகொண்டு நின்றிருந்தாள் செண்பகா. அந்த இளம் குளிரிலும் வியர்த்தது அவளுக்கு. புகையும் சிகரெட்டை மிதித்தாற்போல, சுரீர் என்று ஒரு வலி, இதயத்தில் படர்ந்தது.

கடவுளே! ஏன் எல்லோருமே இப்படி இருக்கிறார்கள் என்று மனம் அலறியது.

அன்று அவள் சமைக்கவில்லை. உண்ணவும் இல்லை.

6

உறக்கம் மனிதருக்கு வாய்த்திருக்கிற பெருங்கொடை. உறக்கம் வலிகளைப் போக்குகிறது அல்லது குறைக்கிறது. சோகங்களின் அடர்த்தியை மென்மைப்படுத்துகிறது. துயரங்களைச் சந்திக்கும் புதுத்தெம்பை நல்குகிறது.

செண்பகா விழித்துக்கொண்டு மணியைப் பார்த்தாள். பத்துக்கும் மேலாகியிருந்தது. இவ்வளவு நேரமா உறங்குவது என ஒரு லேசான வெட்கம்கூட அவளுக்கு ஏற்பட்டது. எழ மனம் இன்றி அப்படியே படுத்திருந்தாள். மீண்டும் கோமுவின் நச்சான முகமும் வார்த்தைகளும் நினைவு வந்து லேசாகக் கசந்தது. யார்தான் தன்னைக் கீழாக, அலட்சியமாய் நினைக்கவில்லை. எல்லோரும்தான். ஆண்களும்தான். பெண்களும்தான். படித்தவர்களும்தான். பாமரரும்தான். கல்வி, அறிவு பற்றுதல், அன்பு, மரியாதை எல்லாம் இந்த இடம் வந்ததும் விடைபெற்று விடுகின்றன. மனிதனின் சகல நற்குணங்களையும் எரித்துப் போடும் உலைக்களம் அது.

தலை லேசாக வலிப்பதாகத் தோன்றியது. சூடாக ஏதேனும் குடித்தால் நன்றாக இருக்கும்போல் இருந்தது. எழுந்து ஆடையைச் சரிப்படுத்தி, கண்ணாடியில் முகம் திருத்திப் பின் கதவைத் திறந்தாள். பால் பொட்டலம் கிடந்தது. குனிந்து எடுத்தாள்.

"இப்போதான் எழுந்திருக்கேளா?" என்றாள் கோமு. அவள் வீட்டு வாசலில் நின்றிருந்தாள் கோமு.

"உம்"

"இன்னும் காபிகூட ஆகல்லையா?"

"இனிமேதான்."

"ஐயோ! இருங்களேன், ஒரு நிமிஷம், காப்பி கொண்டுவரேன்."

திடுமென்று பிடித்துக்கொண்டு பெய்யும் மழையில் நனைந்தது மாதிரி இருந்தது செண்பகாவுக்கு. என்ன மனிதர்கள் இவர்கள்? இந்தக் கரிசனம் உண்மைதானா, உண்மைதான்! இதுவும் உண்மை. அதுபோலவே நேற்று இரவு, 'அந்தப் பையன்' என்று கேட்டதும் உண்மைதான். இது என்ன இரட்டை முகம் என்றால், அது இரட்டை முகம் இல்லை. ஒரு முகத்தின் இரு வெவ்வேறு பங்களிப்புகள். சட்டென்று கோமுவின் மேல், இரக்கமும், வாத்சல்யமும் சேர்ந்தாற்போல் ஏற்பட்டது செண்பகாவுக்கு.

"இருக்கட்டும் மாமி, ரொம்ப தாங்க்ஸ். ஒரு நிமிஷம் ஆகுமோ, காப்பி போட" என்றுவிட்டு உள்ளே வந்து புகுந்துகொண்டாள்.

காப்பியைப் போட்டாள். ஒரு கப் எடுத்துக்கொண்டு, படுக்கைக்கு வந்தாள். தலையணையில் சாய்ந்தபடி கொஞ்சம் கொஞ்சமாகக் காப்பியை அருந்தத் தொடங்கினாள். காப்பி நன்றாக வந்திருந்தது. இன்னும் ஒரு கப் காப்பி மிகுந்திருந்தது. இந்த நல்ல காப்பியைப் பகிர்ந்துகொள்ள யாருமே இல்லையே என்று இருந்தது அவளுக்கு. தான் தனியாக, யாரும் இல்லாமல், பகிர்ந்துகொள்ள ஓர் ஆத்மா இன்றித் தவிப்பதாக, அவளுக்குத் தோன்றியது. பசித்தது. சமைக்கவும் செய்தாள். நிதானமாகக் குளித்தாள். ஈரம் உலர மொட்டை மாடிக்குப்போனாள். இலேசாகக் காய்ந்துகொண்டிருந்தது வெயில். கூந்தல் உலரும் மட்டும் மாடியில் இருந்தாள். அந்த உயரத்தில் இருந்து பார்க்கையில், மனிதர்கள் சிறுத்துப்போய் குள்ளம் குள்ளமான, அவர்களைப்போலவே குள்ளம் குள்ளமான வீடுகளில் வாழ்வதாகப்பட்டது அவளுக்கு. இந்நினைப்பு அவளுக்குள் ஒரு நகைப்பைத் தோற்றுவித்தது. ஆக, உயரம்தான் விஷயம். உயரத்தை அடைவது, உயரத்தில் திளைப்பதும்தான் பொருள். உயரத்தை அடைந்தவர்க்கு சூரியன் அண்மையாகி விடுகிறான். காற்று இதமாகின்றன. கோமு இப்போது கீழே இருப்பாள்.

கவலைகளைத் துடைத்து, சுத்தமான சந்தோஷமான மனத்துடன் இறங்கிவந்தாள். சாப்பிட்டாள். லேசாக பவுடர் ஒத்திக்கொண்டு ஆடை மாற்றிக்கொண்டாள்.

பையில் போதுமான பணம் இருக்கிறதா என்று கவனித்துக்கொண்டு, கதவைப் பூட்டிக்கொண்டு புறப்பட்டாள்.

தமிழரசன் மிதிவண்டி நிலையத்தின் முன் நின்று, "தம்பி, ரெண்டு நாளைக்குப் பால் வேண்டாம்னு பால்காரிக்கிட்டே சொல்லிடுங்க" என்றாள் தமிழரசனிடம். அவன் எழுந்து மடித்துக் கட்டிய கைலியைத் தொங்கவிட்டுக்கொண்டு, "சரிங்க மேடம்" என்றான்.

கல்லூரியில் மதனாவிடம் செண்பகா சொன்னாள்.

"இன்னிக்கு சாயங்காலம் உன்னோட உன் வீட்டுக்கு வர்றேன். அடுத்த ரெண்டு நாள் விடுமுறையும் உன்னோடதான்"

மதனா, எழுந்து ஜன்னல் வழியாக எட்டி வெளியே பார்த்தாள்.

"என்ன பாக்கறே?"

"மழை கிழை வருதான்னு."

"கிண்டலா?"

"இல்லை, இல்லை, என்ன திடீர்னு"

"ஒரு அன்புதான். வீட்டுக்காரர் வெளியூர் போயிருக்கிறார்னு ஒரேயடியா இளைச்சுத் துரும்பாப் போயிட்டே. தோழிக்கு ஒரு ஆறுதலா, ரெண்டு நாள் கூடத் தங்கணும்னுதான்"

"நீ வேறே… அவர் இல்லாமே இருக்கிறதினாலேதான் வேளா வேளைக்கு ஒழுங்கா சாப்பிட்டு, ரெஸ்ட் எடுத்துக்கிட்டு, அப்பாடான்னு இருக்கேன். நீ கவலைங்கறே. போயும் போயும் இந்த உடம்பைப் பார்த்துத் துரும்புங்கறியே… இது அடுக்குமா?"

இருவருமே சிரித்தார்கள். மதனாவுடன் தங்க வேண்டி அன்று மாலை செண்பகா அவளுடன் சென்றாள்.

7

காலம் முழுக்கத் தனியாகவே வாழ்ந்த செண்பகாவுக்கு அந்த வீட்டுக்குள் நுழைந்தவுடனே விசித்திரமான எண்ணங்கள்

தோன்றின. ஒவ்வோர் இடத்துக்கும் ஒரு வகை வாசனை இருக்கிறது. அந்த வீட்டுக்கும் அப்படித்தான். ஆண்கள் புழங்கும் இடத்துக்கும், ஆண்களும், பெண்களும் சேர்ந்து புழங்கும் இடத்துக்கும் தனித்தனி வாசனைகள் இருந்தன. நண்பர், உறவினர் வீடுகளுக்குச் செல்லும்போதெல்லாம் இந்த வாசனைகளை அவள் அனுபவிக்க நேர்வது உண்டு. வீடுகளில் பண்ணும் சமையலைப் பொறுத்தோ, அவர்கள் பயன்படுத்தும் ஊதுபத்திகள் போன்ற மணப் பொருள்களைப் பொறுத்தோ உருவாகும் வாசனை அன்று. அது மனித மனங்களின் வாசனை. மனங்களுக்கும் மணம் உண்டு.

"என்ன யோசிக்கிற?"

"வாசனையைப் பற்றி"

செண்பகா, தன் யோசனையைப் பற்றிச் சொன்னாள்.

மதனா சிரித்தாள்.

"எங்க வீட்டுக்கு என்ன வாசனை?"

"சொல்றேன்"

"குளிக்கறையா? எனக்குச் சாயங்காலமும் ஒருமுறை குளிக்கணும்."

"எனக்கும், முதலில் நீ முடி. எனக்கு மாற்றுக்கு ஒரு நைட்டி மட்டும் குடு"

குளித்தார்கள். வேலையைப் பகிர்ந்துகொண்டு சமைத்தார்கள். உண்டார்கள்.

"வா, மொட்டைமாடிக்குப் போவோம்." என்றாள் மதனா. வந்தார்கள். 'ஆ' என்று கதறிக்கொண்டு, விரிந்துகிடந்தது வானம். கொடி மல்லிகையாய்ப் பூத்துக்கிடந்தது வானம். ஜமக்காளத்தை விரித்து மனம் ஒன்றிய ஓர் ஆத்மாவுடன், பேச்சை ஒழித்து அருகருகே, வானத்தைப் பார்த்துக்கொண்டு, மல்லாந்து படுத்துக் கிடப்பதில் ஒரு பேரின்பம் இருக்கத்தான் செய்கிறது.

"செண்பகா"

"சொல்லுடி"

"உனக்குக் கஷ்டமா இல்லை?"

சில நிமிஷங்கள் யோசித்தவாறு இருந்தாள் செண்பகா.

“நீ எதைச் சொல்றே?”

“இந்தத் தனி வாழ்க்கைதான்.”

பதிலுக்கு செண்பகாவிடமிருந்து ஒரு நீண்ட பெருமூச்சு வெளிப்பட்டது. சில கணங்கள் கழித்து, ‘முச்முச்’ சென்று கேட்ட சப்தங்களைக்கொண்டு மதனா யூகித்தாள்.

“அழறியாம்மா?”

மதனா ஒருக்களித்துத் திரும்பி, அவள் கண்களை ஊன்றிப் பார்த்தாள். அவை கலங்கியிருந்தன.

செண்பகாவை அணைத்துக்கொண்டாள் மதனா.

“கஷ்டம்னு சொல்ல முடியாது. இதுதான் சந்தோஷம் அப்படின்னும் சொல்ல முடியாது. ஒருமாதிரி இருக்கு. சரியா சொல்லத் தெரியலை. எனக்கு நான் வித்தியாசமா இல்லை. பார்க்கிறவங்களுக்குத்தான் வித்தியாசமா தென்படறேன். புருஷனோட, குழந்தை குட்டிகளோட இருந்தா – அப்படி எல்லாரும் இருக்கிறதனாலே அது இயல்பா தென்படும் போலும். நான் வித்தியாசமா தெரியமாட்டேன். தனியா இருக்கேன் இல்லையா? அதனால, என்னைச் சுலபமானவளா நினைச்சுக்கறாங்க. எல்லோரும் ‘வான்னா வருவா, போன்னா போவா, தனியா இருக்கிறாள். எவனோட வேணும்னாலும் போவாள் வருவாள்’ அப்படித்தானே? அதனாலே, எல்லோருக்கும் நான் ஒரு மாதிரிப்பட்டவளா தெரியறேன்.”

“எனக்கு வேற மாதிரி படுது செண்பகா?”

“எப்படி?”

“நீ தனியா இருக்கிறது, வேலைக்குப் போறது? நிறைய சம்பாதிக்கிறது, நல்லா, கௌரவமா உடுத்தறது, பிச்சுப் பிடுங்கல் இல்லாமே வாழறது இதெல்லாம் மற்றவங்க மனசுக்குள்ளே பொறாமையை ஏற்படுத்தி, உன்னைப் பொருட்படுத்திப் பேசும் படியா ஆக்கி வச்சிருக்குன்னு நினைக்கிறேன்.

“அதாவது, மற்றவங்க என்னவா இருக்க நினைக்கிறாங்களோ, அப்படி நான் இருக்கிறதுனாலேயும், அப்படி அவங்க இருக்க முடியல்லை என்கிறதுனாலேயும், நான் புறம் பேசப்படறேன்.”

“கரெக்ட்! ஆக, இதுலே நீ நொந்துகொள்ள ஒன்றும் இல்லை.”

செண்பகா, நட்சத்திரங்களையே பார்த்துக்கொண்டு இருந்தாள். உலகம் நிசப்தம் உற்றிருந்தது. தான் இழுத்து விடும், மூச்சுக் காற்றின் ஓசை தனக்கே கேட்டது அவளுக்கு.

"தூங்கிட்டியா செண்பகா?"

"ம்... இல்லை..."

"எங்க வீட்டுக்கு ஒரு வாசனை இருக்குன்னு சொன்னியே, அது என்ன?"

"பசும் புல் வாசனை"

"எப்படி, எப்படி...?"

"மண்ணை ஒட்டிக்கிறது; மண்ணிலேயே வேர் விடறது, எப்பவும் பசுமையாவே வாழ முயலறது. யார் மிதி பட்டாலும் கசங்காமே, மீண்டும் நிமிர்ந்துக்கிறது; நிலத்தின் தன்மையைப் பார்க்காமே, ஈரத்தை மட்டும் பார்க்கிறது. யாரோடும் போட்டி போடாமே தான் உண்டுன்னு வாழறது; இது புல்லின் தர்மம். இந்த தர்மங்களோட வாழற வாழ்க்கை, புல் வாசனைதானே தரும்"

"நான் புல்லாய் இருந்தாலே, போதுமே செண்பகா"

"நீ மட்டும் என்ன, நானும்தான். நீ வீட்டுத் தோட்டத்திலே இருக்கே. நான் எங்கோ காட்டுக்குள்ளே இருக்கேன், வேறென்ன?"

மதனா, செண்பகாவின் கையை எடுத்து உள்ளங்கையில் முத்தமிட்டாள்.

1988

2000 வருஷத்து...

பார்க்கப் போனால் இந்தச் சுப்பிரமணி, அவன் காதலித்த சக்குபாய், அவளுடைய பெற்றோர், அவர்கள் குடியிருந்த வீட்டார், அந்த வீடு நிலை பெற்றிருந்த தெருவில் வாழ்ந்திருந்த மனுஷர்கள் எல்லாருமே ஒரு வகையில் அசடுகள் என்றே சொல்லத் தோன்றுகிறது.

அடிப்படை விஷயங்களில் பொதுவாகத் தமிழர்கள் அசடுகள். குறிப்பாகக் காதல் விஷயம் என்று வந்துவிட்டாலோ, அவர்கள் இரண்டாயிரம் வருஷத்து அசடுகள்.

மெயின் ரோடைவிட்டு, கோபித்துக்கொண்டு ஒதுங்கியதுபோல இருக்கும் பாஞ்சாலியம்மன் கோயில் தெருக் கோடியில், கொஞ்சம் உள்வாங்கிய பழங்கால ஓட்டு வீட்டின் ஒண்டுக் குடித்தனங்களில் ஒன்று சுப்பிரமணியன் குடும்பம். அவனும் அவன் அம்மாவுமே குடும்பம். அப்பா என்று ஒருத்தர், அந்த வீட்டில் பீடி பிடித்துக்கொண்டு, காரி உமிழ்ந்துகொண்டு ஒரு காலத்தில் இருந்தார் என்பது உண்மை. பிறகு வாழ்க்கை சலித்துப்போய் ஓடிப் போய்விட்டார். சலிப்பு வாழ்க்கையின் மீதல்ல, அவர் மனைவிமீதுதான் என்று பின்னால் தெரிந்து, மயிலம் மலை அடிவாரத்தில் யாரோ ஒருத்தியைச் சேர்த்துக்கொண்டு குழந்தை; குட்டிகளைப் பெற்றுப் பல்கிப் பெருகுகிறார் என்பதை அறிந்ததும், சுப்பிரமணியத்தின் அம்மா, உறுத்திக்கொண்டிருந்த தாலியை அறுத்துப் போட்டுவிட்டு, வீட்டோடேயே இட்லிக் கடை வைத்து நடத்தத் தொடங்கினாள்.

சுப்பிரமணி பள்ளி இறுதி வகுப்பை முடித்த கையோடு, வெள்ளை பேப்பரைச் சுருட்டிக் கையில் எடுத்துக்கொண்டு டைப் அடிக்கப் போய் வந்துகொண்டிருந்தான். தெருமுனை நாயர் டீ கடையில் இரண்டே முக்கால் ரூபாயும், நாயரின் பெட்டிக் கடையில் சிகரெட் வாங்கின வகையில் ஒரு ரூபாய் அறுபது பைசாவும் கடன் வைத்திருந்தான். ஒழிந்த வேளைகளில் சக்குபாயைக் காதலித்தான்.

பாஞ்சாலியம்மன் கோயில் தெருவுக்குக் கிழக்காய், மூன்று தெரு தள்ளி பத்ரகாளியம்மன் கோயில் தெருவில், தெற்றுப்பல் மாதிரி குறுக்கும் மறுக்குமாய் முளைத்த கல் மற்றும் குடிசை வீடுகள் மலிந்த நாட்டு ஓடுகள் வேய்ந்த வயசான வீடு சக்குபாயுடையது. அவள் அப்பா ஏதோ ஓர் ஆலையில் ஏதோ ஒரு வேலை செய்துகொண்டிருந்தான். தவறாமல் சாயங்காலங்களில் மேட்டுத் தெரு சாராயக் கடையில் நினைவு மழுங்குகிற வரை குடிப்பார். குடித்துவிட்டால், அவர் பௌருஷம் கிளர்ந்து எழும். நேராக வீட்டுக்கு வருவார். தயாராகக் காத்துக்கொண்டிருக்கும் சக்குபாய் அம்மாவின் நீண்டு செழித்து வளர்ந்திருக்கும் கொண்டையைப் பிடித்து இழுத்துக் காரை பெயர்ந்த சுவரில் மோதி, சரியாக இடுப்பின் பக்கவாட்டில் உதைப்பார். அழுக்குத் துணிப் பந்து மாதிரி அந்த அம்மா வாசலில்போய் சொல்லி வைத்தாற்போல் விழுவாள்.

அவ்வளவுதான், விழுந்த அதிர்ச்சியும் மயக்கமும் தெளிய பல மணி நேரங்கள் ஆகும். பொதுவாக விடியும்போது தூங்கி எழுந்தாற்போல எழுவாள். தாய் உதைக்கப்படும்போது மகள் குறுக்கே புகுந்து அம்மாவைத் தடுக்க வேண்டுமே? சக்குபாய் அப்படி எதுவும் செய்ய மாட்டாள். காரணம் அப்பா அவளையும் உதைப்பார். உதை வாங்கினால் அம்மாவுக்கு எப்படி வலிக்குமோ, அப்படியே அவளுக்கும் வலிக்குமே? அண்டை வீட்டுக்காரர்கள் தலையிடுவார்களா? மாட்டார்கள். ஏன்? கணவன் மனைவி விவகாரத்தில் மூன்றாமவர் தலையிடக் கூடாதே. இது ரெண்டாயிரம் வருஷப் பண்பாடு.

சக்குபாய், எஸ். எஸ். எல். சி. என்கிற மலையை ஏறிக் கடக்கச் சக்தி பெற்றிருக்கவில்லை. இரண்டு முறை முயற்சி செய்யத்தான் செய்தாள், முடியாமல் போய்விட்டது. அப்புறம், ஆஸ்ரமத்து துணிக்கடையில் எம்பிராய்டரி, மற்றும் மணி தையல் வேலைக்குப் போனாள். காலை எட்டு மணிமுதல் மாலை ஐந்து மணிவரை தைத்ததும் நாள் கூலியாக இரண்டரை ரூபாய்

கிடைக்கும் அவளுக்கு. அவளுடன் அதே மாதிரி வேலையை நூற்றுக்கணக்கான பெண்கள் செய்தார்கள். இவர்கள் தைத்த துணிகள் அயல் நாடுகளில் விற்பனை செய்யப்பட்டன. ஆன்மீக ஞானத்தைப் பரப்புவதையே தன் நோக்கமாகக்கொண்ட அந்த ஆஸ்ரமம், அதற்கு மேல் கூலி கொடுத்து, பெண்களை லௌகீகச் சேற்றில் புதைத்துவிட விரும்பவில்லை. நியாயம்தானே!

சக்குபாய் அழகாகத்தான் இருப்பதாகப் பார்த்தவர்கள் சொன்னார்கள். உலகத்தில் யார்தான் அழகு இல்லை? சப்பாத்திப் பூக்கூட அழகாகத்தானே இருக்கிறது. அதனாலேயே, அவள் அம்மாவும் அப்பாவும் அவளைப் பொத்திப் பொத்தி சிறகுகளுக்குள் பதுக்கி வளர்த்தார்கள். பயம்தான் காரணம். எதற்குப் பயம்? சக்குபாயின் அக்கா மீராபாய் பலசரக்குக் கடைப் பையனுடன் ஓடிப்போய்விட்டாள். முன்னேர் போன வழியில் பின்னேர் போய்விடக்கூடாது அல்லவா?

சுப்பிரமணிக்கும் சக்குபாய்க்கும் காதல் ஏற்பட்டுவிட்டது. எப்படி அது ஏற்பட்டது என்று யார்தான் சொல்ல முடியும்? மழை வந்த பாதையை யார் பார்த்தது. ஏதோ ஒரு கொதி நிலையில் ஏதோ ஒரு சீதோஷ்ண கதியில் அது வந்து கொட்டிவிட்டுப் போய்விடுகிறது. திடீரென்று ஒருநாள் மூக்குக்குக் கீழே மயிர் முளைப்பது மாதிரி, கதவைத் தட்டி அனுமதி பெற்றுக் காதல் வருவதில்லையே!

ஒருநாள் காலை, பல் துலக்கும் முன்பாகவே, நாயர் டீ கடை வாசலில், “இத்தோட ஒரு ரூபா எம்பளது பைசாப்பா” என்று கணக்குச் சொல்லிவிட்டு, டீ குடித்துக்கொண்டிருந்த சுப்பிரமணி, தையல் வேலைக்குப் போய்க்கொண்டிருந்த சக்குபாயைப் பார்த்தான். சும்மாத்தான். மீண்டும் பார்த்தான். மீண்டும் மீண்டும் அவளைப் பார்க்க வேண்டும்போல் இருந்திருக்க வேண்டும். கடந்துபோன அவள் பின்புறத்தைப் பார்த்துக்கொண்டிருந்தான். யாரோ ஓர் இளைஞன் தன்னைக் கவனிப்பதைக் குறுகுறுப்பால் உணர்ந்து தன்னிச்சையாக மேலெழுந்து, கை தாவணியைத் திருத்த, அவளும் அவனைப் பார்த்தாள். ரெண்டாயிரம் வருஷத்துக்கு முன்னால் ராமனும் சீதையும் எப்படிப் பார்த்துக்கொண்டார்களோ, அப்படித்தான். எதற்காகப் பார்த்துக்கொண்டார்களோ, அதற்காகத்தான்.

அடுத்த நாள்தொட்டு, சுப்பிரமணி சரியாகக் காலை ஏழு முப்பது மணிக்கும், மாலை நாலேமுக்கால் மணிக்கும் டீ

கடைக்கு வந்தான். சக்குபாய் காலை ஏழு நாற்பத்தைந்துக்கு வேலைக்குப் போய், ஐந்து இருபதுக்குத் திரும்பி வந்துகொண்டிருந்தாள். சக்குபாயிடம் மூன்று தாவணிகளும், நாலு வெளிப் பாவாடைகளும் இருந்தன. தவணை முறைத் துணிக்காரியிடம், வாரா வாரம் அடைப்பதாகச் சொல்லிப் புதுசா ஒரு கத்தரிப்பூ கலர் தாவணியும் மஞ்சளில் பூப்போட்ட பாவாடையும் எடுத்துத் தைத்துப் போட்டுக்கொண்டாள். வாரா வாரம் பதினைந்து ரூபாய் சம்பாதிக்கிறாளே!

நாயர் கடையை ஒட்டி, ஒரு குட்டி செம்மண்பாதைப் பிரிகிறது. பாதையின் இருபுறமும் குத்துச் செடிகள், வெண் தும்பைச் செடிகள், காட்டாமணக்குச் செடிகள், சற்று தூரத்தில் ஒரு வெளி எருக்கம் புதர்கள் மண்டிக்கிடக்கும். யார் விரும்புகிறார்களோ இல்லையோ, எருக்கஞ்செடிகள் பூக்களைப் புஷ்பிக்கத் தவறுவதில்லை. மணமில்லாத பூக்கள்; ஆகவே மனிதர்கள் அவற்றை மதிப்பதில்லை. குழந்தைகளுக்கு இந்தப் பேதம் எல்லாம் தெரிவதில்லை. எருக்கம் பூக்களை அழுத்தி அவை 'டப்'பென்று வெடிக்கும் சப்தத்தைக் கேட்டு அவை குதூகலம் கொள்ளவே செய்யும். ஒரு காலத்தில் குட்டை ஒன்று அங்கு இருந்திருக்க வேண்டும். பூமி அம்மைத் தழும்பு மாதிரி பள்ளம் கொண்டிருந்தது. கரையில் திடீரென்று ஏழெட்டுப் பனை மரங்கள் வளர்ந்து நின்றன. எப்போதும் குடித்துவிட்டுச் சப்தம் செய்கிற குடிகாரனைப்போல் இவை ஒலித்துக்கொண்டேயிருக்கும். கொஞ்ச தூரத்தில், விழுதுகள்விட்டு வளர்ந்திருந்த ஆலமரம் ஒன்று இருந்தது. இந்தச் செடி மரவகைகள் எவையும் எந்த மனிதராலும் நீரூற்றிப் பாத்திகட்டி வளர்க்கப்பட்டவை அல்ல. இயற்கையாய் எப்படியோ பிறந்த தான் தோன்றிகள் – காதலைப்போல பிறந்தவை வளர்ந்து, பிழைக்கப் போராடுகின்றன – காதலைப்போலவே.

ரெட்டை மண்டை என்று ஒருவன் இருந்தான். 'கிருஷ்ணவிலாஸ்' ஓட்டலில் டபரா செட்டுகளைக் கழுவிக்கொண்டு ஜீவித்திருந்தான். சக்குபாய்க்குத் தூரத்து உறவு என்று அவன் சொல்லிக்கொண்டு திரிந்தான். அவள் அம்மாவுக்கு அவன் தம்பி முறை என்றான். ஓட்டலில் இருந்து ஒவ்வொரு முறை வரும்போதும், மசால் தோசை வாங்கிக்கொண்டு வந்தான். அந்த அம்மா, தன் தம்பி முறை என்று அவனை ஒப்புக்கொள்ள வேண்டியிருந்தது.

காலைப் பொழுதில், பல் துலக்க ஆலங்குச்சி ஒடித்துக்கொண்டு நின்றிருந்தான் ரெட்டை மண்டை. வளைவு வளைவாக, இரண்டு தலை இருப்பது மாதிரி நீண்டும் சப்பையாகவும் இருந்த தலையைச் சுற்றி தலைப்பாகைக் கட்டியிருந்தான். பகலிலும், சூரிய வெளிச்சத்தைத் தடுத்து நிறுத்தும் ஆலமரத்தின் பின் பக்கமாக நின்றுகொண்டிருந்த அவன் காதுகளில், ஓர் ஆணும் பெண்ணும் கீழ்க்குரலில் பேசிக்கொண்டிருந்தது கேட்டது. விழுதுகளின் அடர்த்தியை விலக்கிக்கொண்டு எட்டிப் பார்த்தான். மரத்தின் அந்தப் பக்கத்தில் சுப்பிரமணியும், சக்குபாயும் நின்றிருந்தார்கள்.

சக்குபாயின் அப்பா, அன்று வழக்கத்துக்கு மாறாக மிக அதிகமாகக் குடித்தார். கடைசியாகத் தன் கையிலிருந்த தம்ளரைப் போட்டு உடைத்தார். அவருடைய ரெண்டாயிரம் வருஷத்து இரத்தம் கொதித்தது. தன் மூத்த மகள் தனக்கு ஏற்படுத்தி வைத்துவிட்டுப் போன அவமானம், அதை மேலும் கொதிக்க வைத்தது. ஒரு பெண், ஓர் ஆணுடன் தன்னை இணைத்துக் கொள்வதில் என்ன அவமானம் என்று யாரும் அவரைக் கேட்டுவிட முடியாது. இந்த மண்ணில் பிறக்க நேர்கிற ஒவ்வொரு பெண்ணும் கண்ணுக்குத் தெரியாத பூட்டுச் சாவியுடன்தான் பிறக்க வேண்டும். அந்தப் பூட்டுச் சாவியை, கல்யாணம் ஆகும் வரை பெற்றோர்களிடம் அவள் கொடுத்து வைக்க வேண்டும். அப்பாவும், அம்மாவும் பூட்டைப் போட்டு, சாவியைக் கையில் வைத்துக்கொண்டு பெண்ணின் கற்புக்குக் காவல் இருப்பார்கள். கல்யாணத்துக்குப் பிறகு, பெற்றோர் அந்தச் சாவியைக் கணவனிடம் ஒப்படைத்துவிட்டு, 'அப்பாடா' என்று ஓய்வு எடுத்துக்கொள்வார்கள். அப்புறம் அவள் கற்புக்குக் கணவனே பொறுப்பு. சாவி, அவன் கையில் அப்புறம்.

"வக்காளி! இட்லிக்காரி மவனுக்குக் காதலாடா கேக்குது? ராத்திரி பதினோரு மணிக்கா வரப்போறே... வா... மாப்பிள்ளை வா... விருந்து படைக்கிறேன் வா..." என்று கறுவிக்கொண்டார்.

கணவன் அமைதியாக வந்து சாப்பிட்டுப் படுத்தது, அந்த அம்மாவுக்கு அன்று ஆச்சரியமாகவும் திகைப்பாகவும் இருந்தது. சக்குபாய்க்கும் மிக விந்தையாகத்தான் இருந்தது.

வெளிப்படலைச் சாத்திவைத்துவிட்டால், உள்ளே யாரும் நுழைந்துவிட முடியாது. காற்றுக்காக எப்போதும் சக்குபாய், தெருவாசற்படியை ஒட்டிய நடைத் தாழ்வாரத்தில்தான் படுப்பாள். வழவழவென்று சிமென்ட்பால் ஊற்றிய தரை எப்போதும்

பிரபஞ்சன் | 45

குளிர்ச்சியாகவே இருக்கும். உள்ளே சமையல்கட்டை ஒட்டிய வாசலில் அம்மா படுப்பாள். அறையில் படுத்து உருள்வார் அப்பா. ராத்திரி போதையில் விழுபவர், அடித்தால்கூட எழுந்திருக்க மாட்டாரே...

"சக்கு... சக்கு." என்றது ஒரு குரல், ரகசியமாய் பூ ஒன்று கன்னத்தில் வருடுகிற மாதிரி, உஷ்ணமான மூச்சுக் காற்று அவள் கழுத்தில் வருடிற்று. திடுக்கிட்டு எழுந்தாள் சக்கு. சுப்பிரமணி மண்டி போட்டு உட்கார்ந்திருந்தது. மங்கிய தெரு விளக்கு வெளிச்சத்தில் தெரிந்தது.

"யாரும் பாத்தாங்களா?" என்றாள் சக்கு.

"இல்லை" என்று தலையாட்டினான் சுப்பிரமணி.

"சக்கு" என்று குழறியபடிக் கையைப் பிடித்தான் சுப்பிரமணி. அதே தேரத்தில், அசுரத் தனமாக அவன் பிடரியில் அறை ஒன்று விழுந்தது. அதே நேரம் சரியாகத் தெருக் கதவு சாத்தப்பட்டது. சுதாரித்துக்கொண்டு, எழுந்து ஓடத் தயாரான சுப்பிரமணியின் முயற்சி, கதவு சாத்தப்பட்டதால் முடங்கிப் போயிற்று. பயந்து போனான் அவன். சக்கு கத்திக்கொண்டு தோட்டத்துப் பக்கம் ஓடிப்போய்விட்டாள்.

உருளைத் தடியால், அப்பா சரமாரியாக அவனை விளாச ஆரம்பித்தார். "ஐயோ, அப்பா, அம்மா" என்று வாய்விட்டுச் சத்தம் போட்டு அலறினான் சுப்பிரமணி. ஏதோ திருடன்தான் வந்துவிட்டான் என்று எண்ணினார்கள். அண்டை அயல் வீட்டார்கள்.

பெண்கள் தூரத்திலிருந்தே பார்த்துவிட்டு, பார்ப்பது தமக்கு இழுக்கு என்று நினைத்து ஒதுங்கிப் போனார்கள். ஆண்கள் கொஞ்சம் தள்ளி நின்றுகொண்டு வேடிக்கை பார்த்தார்கள். தலை கவிழ்ந்து தலை மயிர் நெற்றியில் விழ, கைகள் இரண்டும் பின்னால் கட்டப்பட்டு, நிர்வாணமாக மண்டி போட்டு உட்கார்ந்திருந்தான் சுப்பிரமணி. அழுகை அடங்கிப்போய் விட்டிருந்தது அவனுக்கு. மனிதனுக்கு நேரக்கூடாத உச்ச அவமானம் ஏற்பட்டுப் போன பின்னால், அந்த அவமானம் பெருகிப் பெருகித் தடித்துக் கூசிக் கூசி அந்த எல்லையும் உடைந்துபோய்விட்ட நிலையில் இருந்தான் அவன்.

“என் பிள்ளையில்லை அவன். என்ன வேணுமானாலும் பண்ணிக்குங்கோ...” என்று வயிற்றில் அடித்துக்கொண்டு, அவனைப் பெற்றவள் அப்போதுதான் போயிருந்தாள்.

“சரி... கண்ணாயிரம்... அம்மணக் கட்டையா ஒரு வயசு வந்த பயலைப் பத்து பேரு பார்க்கிற இடத்துல வைக்கிறது தப்புப்பா” என்றவாறு யாரோ ஒரு பெரியவர் கூட்டத்திலிருந்து வெளிப்பட்டு, தன் தோளில் இருந்த துண்டை அவன் இடுப்பில் கட்டிவிட்டார்.

ஏட்டையாவிடம், சக்குபாயின் அப்பா சொல்லிக் கொண்டிருந்தார்.

“ராத்திரி சுமார் பதினொன்னு, இல்லே பன்னண்டு மணி இருக்கும் ஏட்டையா. ‘தொபுக்’குனு யாரோ சுவர் ஏறிக் குதிச்ச சத்தம் கேட்டு நான் முழிச்சுக்கிட்டேன். காதைக் கூர்மையா வச்சிக்கிட்டு கவனிச்சுக்கிட்டு இருந்தேன். யாரோ அடி எடுத்து வைக்கிற மாதிரி இருந்துச்சி. எப்பவும், காத்துக்கு இந்தப் பொண்ணு தெருவாண்டைதான் படுத்திருக்கும். ‘ஐயோ, அப்பா... என் செயினை யாரோ அறுக்கிறாங்களேன்னு’ என் மவ – இவதான்– சத்தம் போட்டா. நான் ஓடிவர்றதுக்குள்ளே இந்தப் பய செயினோட சுவர் ஏறிக் குதிச்சுட்டான் சார்... நானும், ரெட்டை மண்டையும் ஆளை அமுக்கிப்புட்டோம்...” என்றாவறு அறுந்த செயினை ஏட்டையாவிடம் நீட்டினார் சக்குபாயின் அப்பா.

“அப்படியாம்மா?” என்று, சக்குபாயிடம் திரும்பிக் கேட்டார் ஏட்டு.

“ஆமா” என்று தலையசைத்துவிட்டுக் குனிந்துகொண்டாள் சக்குபாய். அவள் கன்னங்களில் கண்ணீர் வழிந்தது. கன்னங்கள் சிவந்து உப்பி இருந்தன. நெற்றியில் ஒரு காயத்திலிருந்து லேசாக இரத்தம் ஊறிக்கொண்டிருந்தது.

சுப்பிரமணி ஒருமுறை தலையை நிமிர்த்தி சக்குவைப் பார்த்துவிட்டு ஏனோ அதுவரை அழாதவன், சத்தம் போட்டுக் கேவிக் கேவி அழ ஆரம்பித்தான்.

1986

அந்த மனிதர்

மவுத்ஹார்களை விளையாட்டுக் கருவி என்று சொல்வதா அல்லது இசைக்கருவி என்று சொல்லலாமா? எங்களைப் பொறுத்தவரை இரண்டும்தான்.

குப்புசாமி, பழமலை, காதர் எல்லோரும் ஆளுக்கொரு மவுத் ஹார்கன் வாங்கிவிட்டார்கள். எங்கள் தெரு ஒரு முட்டுச் சந்து. மெயின் வீதியில் கிளை பிரிந்து ஒரு வீட்டின் வாயிலில் முட்டிக் கொண்டு நிற்கும். மொத்தத்தில் எங்கள் தெருவில் இருந்த வீடுகள் பதினான்கு. இதில் என் ஜோட்டுப் பையன்கள் ஆறு பேர் இருந்தோம். பெண்கள் நாலு பேர். புஷ்பவதியான துரதிருஷ்டம் காரணமாகப் பள்ளிக்கூடத்தைவிட்டு நிறுத்தப்பட்டு அம்மாவுக்கு உதவியாகக் காய்கறி நறுக்கிக் கொடுத்து, வீடு பெருக்கி, ஒழிந்த நேரங்களில் சிந்துபாத்தையும், குரங்கு குசலாவையும் படித்துக்கொண்டு காலங் கழித்தார்கள் அந்த நால்வரும். தெரு பெரும்பாலும் அமைதியாகவே இருக்கும். அந்த அமைதியைக் கிழித்துக்கொண்டு மவுத் ஹார்களை ஊதிக்கொண்டு போவார்கள் என் நண்பர்கள். 'கொஞ்சிக் கொஞ் சிப் பேசி மதி மயக்கும்' என்ற பாட்டை மிக அழகாக வாசிக்கப் பழகிக்கொண்டான் குப்புசாமி. புஷ்பவதியாகி வீட்டில் இருந்த சரோஜா, குப்புசாமி, அந்தப் பாட்டை வாசித்துக்கொண்டு தன் வீட்டைக் கடக்கையில், எந்தக் காரியத்தையும் போட்டுவிட்டு வெளியே வந்து எட்டிப் பார்த்தாள்.

உடனே நானும் ஒரு மவுத்ஹார்கன் வாங்க வேண்டும் என்று முடிவெடுத்துக்கொண்டேன்.

அப்பா, அப்போது ஹோட்டல் வைத்து நடத்திக்கொண்டிருந்தார். காலை நான்கு மணிக்குக் கடைக்குப் போய் இரவு பதினோரு மணிக்கு மேல், கடையைக் கட்டிக்கொண்டு வீடு திரும்புவார். நான் அப்பாவை மிக அரிதாகவே வீட்டில் பார்க்க நேர்ந்தது. அவர் காலையில் கடைக்குச் சென்ற பிறகே நான் கண் விழிக்க முடியும். நான் உறங்கிய பிறகே அவர் திரும்ப முடியும். இடையில் பள்ளிக்கூடம்விட்டு மாலை நேரங்களில் எங்கள் ஹோட்டலுக்குப் பலகாரம் சாப்பிட நான் போவேன். பஜ்ஜி சூடாகப் போட்டிருப்பார்கள். சாப்பிட்டு, காபி குடித்து, அம்மாவுக்கு விருப்பமான ரவா தோசை வாங்கிக்கொண்டு வீடு திரும்புவேன். அந்த மாலை நேரங்களில்தான், கல்லாவில் அமர்ந்திருக்கும் அப்பாவை நான் பார்ப்பேன். அன்று மாலை அப்பாவிடம் மவுத் ஹார்கன் விஷயமாகக் கேட்டுவிடுவது என்று முடிவெடுத்தேன். கல்லாவை ஒட்டி நின்றுகொண்டு, விரலால், கண்ணாடி போர்த்திய மேஜையின் மேல் கிறுக்கிக்கொண்டு நிற்கிற என்னைப் பார்த்தார் அப்பா!

“என்னப்பா, என்ன வேணும்?” என்றார் அப்பா.

நான் தயங்கினேன். அப்பாவிடம்கூட எதுவொன்றும் கேட்பதற்கு எனக்குக் கூச்சமாக இருந்தது. கேட்டுப் பெறுவது எனக்கு என்றுமே சங்கடமான காரியம். கேளாமல் மனிதர்க்கு மனிதர் அருளலே நாகரிகம் அல்லவா?

“மவுத்ஹார்கன் வேணும்ப்பா...!”

“அப்படின்னா...?”

“ஒரு ஜான் நீளம் இருக்கும். பக்கத்துக்குப் பதினாறு பல் மாதிரி சந்துகள் ரெண்டு திசையிலும், மொத்தம் முப்பத்திரண்டு இருக்கும்! வாயில் வைத்து ஊத வேண்டும். பாட்டெல்லாம் அதில் வாசிக்கலாம்ப்பா!”

பக்கத்திலே இருந்த சர்வர் ராமகிருஷ்ணன் அப்பாவிடம் சொன்னான்:

“பொம்பிளிமாஸ் பழச்சுளை மாதிரி இருக்கும் அண்ணே! பையன்கள் வாயில் வைத்துக்கொண்டு ஊதிக்கொண்டு திரிவார்களே, நீங்கள் பார்த்ததில்லையா?”

“நாளைக்கு வாங்கித் தர்றேன்” என்றார் அப்பா!

குப்புசாமியிடம் இரவல் வாங்கி நான் மவுத் ஹார்கன் வாசித்தேன்.

என் மனசுக்குள் 'கொஞ்சிக் கொஞ்சிப் பேசி' வாசித்துவிட வேண்டும் என்பதே நோக்கம். ஆனால் வந்ததென்னவோ வேறு வேறு ஒலிக்குறிப்புகள்.

"இப்பப் பாரு" என்றபடி ஒலி எழுப்பினேன்.

"அச்சம் என்பது மடமையடா, மாதிரி இருக்குடா?" என்றான் குப்புசாமி. எனக்கு ஆச்சரியமா இருந்தது.

"என் வீட்டு வரைக்கும் வாயேன். வீட்டுத் திண்ணையில் உட்கார்ந்துகொண்டு வாசிக்கலாம்."

குப்புசாமி என்னுடன் வந்தான். என் நோக்கம் திண்ணையில் அமர்ந்து வாசிப்பது அல்ல! சரோஜா வீட்டை, வாசித்துக்கொண்டே கடப்பது மட்டுமே என் நோக்கம். 'கொஞ்சிக் கொஞ்சிப் பேசி' மட்டும்தானா பெண்களைக் கவர முடியும்? 'அச்சம் என்பது மடமையடா'கூடத்தான் கவரும். சரோஜா வீட்டைக் கடக்கும்போது சாத்யமான அளவுக்கு உரத்து 'அச்சம் என்பது மடமையடா' வாசித்தேன். வாசிப்பதாக நினைத்தேன்.

சரோஜா எட்டிப் பார்க்கவில்லை.

அவள் வீட்டைக் கடந்ததும் குப்புசாமி கேட்டான்.

"நீ இன்னா பாட்டுடா வாசித்தே?"

"அன்பே அமுதே அருங்கனியே..." என்றேன், பெருமையுடன்.

"ஓகோ! இனிமே என்ன பாட்டுன்னு சொல்லிட்டு வாசி" என்றான் குப்புசாமி!

அடுத்த நாள் மாலை எப்போது பள்ளிக்கூடம் விடும் என்று இருந்தது எனக்கு. பாடத்தை எவன் கவனித்தான்? விட்டதும் நேராக ஓட்டலுக்கு ஓடினேன். கல்லாவை நெருங்கி நின்றேன்.

அப்பா சொன்னார்.

"என்னப்பா.?"

"மவுத்ஹார்கன்"

"ஐயோ மறந்துட்டேன். கட்டாயம் நாளைக்கு."

நாளைக்கு நாளைக்கு என்று அப்பா சொல்லிக்கொண்டே இருந்தார்.

மவுத்ஹார்கன் வந்த பாட்டைக் காணோம்.

அப்பாவுக்கு மவுத்ஹார்கன் வாங்கிக் கொடுக்கக்கூடாது என்பதில்லை. அவருக்கு நேரம் இல்லை. ஓட்டலைவிட்டு அவரால் எங்கும் நகர முடியவில்லை. யாரையாவதுவிட்டு வாங்கி வரச் சொல்லியிருக்கலாம். அப்பா, நான்கு ஆள் வேலையைச் செய்துகொண்டிருந்ததால் ஓட்டலுக்குள் நுழைந்தவுடனே உலகத்தை அவர் மறந்துபோய்விடுவார். இடையில் ஞாயிற்றுக்கிழமையும், ஒரு குடியரசு தினமும் வந்து போயின. அன்று கடைகள் இருக்காதே! குப்புசாமி வேறு என்னைப் பார்த்து "இன்னாடா, மவுத்ஹார்கன் வாங்கப் போறேன்னு சொல்றியே, ரீல்தானா?" என்று கேட்டது மட்டுமல்ல, சரோஜா இப்போது குப்புசாமியைப் பார்த்துச் சிரிக்கத் தொடங்கியிருந்ததும் என் எரிச்சலை மேலும் கிளப்பியிருந்தது.

"கட்டாயமா இன்றைக்கு வாங்கிக்கொடுத்துவிடுகிறேன்" என்று அப்பா சொல்லியிருந்த அன்றைக்கு வழக்கம்போல் நான் கல்லா அருகில் போய் நின்றேன்.

"என்னப்பா?"

"மவுத்ஹார்கன்"

குற்ற உணர்ச்சியால் அப்பாவின் முகம் வாடிப் போயிற்று.

"நாளைக்கு வாங்கிக் கொடுத்துடறேன். ஓட்டலை மூடிட்டே போய் வாங்கி வர்றேன்" என்றார்.

எனக்கு அப்போது அந்த மிருக உணர்ச்சி எப்படி ஏற்பட்டது என்று விளங்கத்தான் இல்லை; இன்னும்.

ஓங்கி அப்பாவின் கன்னத்தில் அறைந்தேன்.

சர்வர், டீ மாஸ்டர், சாப்பிட்டுக்கொண்டிருந்தவர்கள் எல்லோரும் திகைத்துத்தான் போய் விட்டார்கள்.

அப்பா கன்னத்தைத் தடவிப் பார்த்துக்கொண்டே என்னைப் பார்த்துச் சிரித்தார். அவர் கண்களில் கண்ணீர் பொங்கி வழிந்துகொண்டிருந்தது.

நான் எப்படி வீடு போய்ச் சேர்ந்தேன் என்று எனக்கு விளங்கவில்லை. வீட்டில் இருந்தேன். அம்மா "பொட்டலம் வாங்கி வரலையாடா?" என்றாள். "ஓட்டலுக்குப் போகலை" என்றேன்.

"ஏன் முகம் ஒரு மாதிரி இருக்கு."

"......"

"இரு காபி போட்டுத் தர்றேன்"

படிக்கத் தோன்றவில்லை. முகம் கழுவத் தோன்றவில்லை. டாய்லெட்டுக்குக்கூடப் போய்வரத் தோன்றவில்லை. கல்லான மாதிரி அமர்ந்திருந்தேன். இரவு சாப்பிடவில்லை.

"என்ன உடம்பு, சரியில்லையா? சொல்லித் தொலையேன், சனியனே" என்றாள் அம்மா.

சாப்பிடாமல் படுத்துக்கொண்டேன். தூக்கம் வரவில்லை. கண்ணை மூடிக்கொண்டு படுத்திருந்தேன். ஓசைகள் மட்டும் என் அம்மாவின் நடமாட்டத்தை எனக்கு விளக்கிக்கொண்டிருந்தன.

அம்மா சமையல் உள்ளே ஒலிப்பது, தட்டுகளால் பாத்திரங்களை மூடி வைப்பது, அப்பாவுக்குச் சாப்பாடு எடுத்து வைப்பது, பாத்ரூமுக்குப் போவது, முகம் கழுவுவது படுக்கை விரிப்பை உதறுவது, படுப்பது எல்லாவற்றையும் 'காதால்' பார்த்துக்கொண்டிருந்தேன்.

அப்பா வரும் சத்தம் கேட்டது. சைக்கிளைத் தூக்கி ஸ்டாண்ட் போட்டு நிறுத்துவது தெரிந்தது. உள்ளே வருவது, செருப்பை விடுவது, சட்டையைக் கழற்றுவது எல்லாவற்றையும் கேட்டேன்.

"தம்பி சாப்பிட்டானா?" என்று அப்பா கேட்டது.

"இல்லை, சாயங்காலத்திலிருந்தே அவன் என்னமோ மாதிரி இருக்கான். உடம்பு நல்லா இல்லைபோல. நாளைக்குத்தான் டாக்டர் வீட்டுக்கு அழைச்சுக்கிட்டுப் போகணும்."

"தேவையில்லை அதெல்லாம் சரியாகிப் போய்விடும்"

"சாயங்காலம் ஓட்டலுக்குக்கூட வரல்லை போலிருக்கே."

"அப்படியா? நான் கவனிக்கலை" என்று அப்பா சொன்னார்.

"விளையாட்டுப் பையன். எங்காவது பிள்ளைகளோட விளையாட போயிருப்பான். தினம் தவறாமே அவனுக்கு முட்டையும், பாலும் கொடு. உடம்பு அவனுக்கு ரொம்ப 'வீக்கா' இருக்கு. வயசுக்கேத்த பலம் இல்லை."

அம்மா ஆச்சர்யப்பட்டிருக்க வேண்டும். அவள் கேட்பது கேட்டது.

"திடீர்னு அவன் வீக்கா இருக்கிறதை எப்படிக் கவனிச்சீங்க?

"குழந்தைகளைப் பாத்தா தெரியாதா? ராத்திரி படுக்கப் போறதுக்கு முன்னால, முட்டையும் பாலும் மறக்காமே கொடு" என்றார் அப்பா மீண்டும்.

அப்பா சாப்பிட அமர்ந்தது தெரிந்தது.

நான் அன்று இரவு முழுதும் அழுதுகொண்டே இருந்தேன்.

1987

அபஸ்வரம்

அப்பா இன்று கோர்ட்டுக்குப் போக வேண்டும்.

அப்பாவோடு என்னையும் போகச் சொன்னாள் அம்மா. எனக்கு அலுவலகம் இருந்தது. ஆனாலும் அப்பாவோடு வெளியே போவதைவிட எனக்குச் சந்தோஷம் தருகிற காரியம் வேறு என்ன இருக்க முடியும்? நான் ஒப்புக்கொண்டேன். விடியலிலேயே எழுந்து, குளித்துத் தயாராகிவிட்டேன்.

"கோர்ட்டுக்குப் பதினோரு மணிக்கு மேல் வந்தால்போதும்" என்று வக்கீல் சொல்லியனுப்பியிருந்தார்.

சரியாகப் பத்தரை மணிக்கு நாங்கள் புறப்பட்டோம். அப்பா வழக்கமான அந்தத் 'தொளதொள' கதர்ச் சட்டை, பளீர் வெள்ளை வேட்டியில் இருந்தார். அப்பா போடும் சட்டையில் ஒரு சுகந்தமாக, அலமாரி வாசனை நிலைபெற்றிருக்கும்.

வெயிலின்றி லேசாய் இருட்டிக்கொண்டிருந்தது மார்கழி மாதத்து வானம்.

"நேரம் இருக்கே. வெயிலும் இல்லை. நடந்தே போகலாமாப்பா...?" என்றார் அப்பா என்னைப் பார்த்து.

"சரிப்பா." என்றேன் நான்.

நாங்கள் தெருவில் இறங்கி நடந்தோம்.

அப்பாவுடன் நடப்பது, அப்பாவுடன் நடப்பது மாதிரி இருக்காது. ரொம்ப நாள் பழகின சிநேகிதனுடன் கடற்கரைக்குப் போவது மாதிரி இருக்கும்.

மணி பதினொன்றை நெருங்கிக்கொண்டிருந்தாலும், பனிக்காற்று இன்னும் இதமாகவே இருந்தது.

அப்பா கேட்டார்.

"கடைசியா என்ன சினிமாப்பா பார்த்தே...?"

சொன்னேன்.

"என்ன கதை.?"

இது ரொம்ப சிக்கலான நேரம் எனக்கு. அப்பாவுக்கு அங்குலம் அங்குலமாகக் கதை சொல்ல வேண்டும். அவனும் அவளும் சந்தித்தார்கள், கல்யாணம் பண்ணிக்கொள்ள வீட்டிலே தடை. கடைசியில் அவன் அல்லது அவள் செத்துப் போகிறார் என்றெல்லாம் சொல்ல முடியாது. "ரெண்டரை மணி நேர சினிமா, இவ்வளவுதானா?" என்பார்.

அப்பாவுடன் எதைப் பகிர்ந்துகொள்ள முடிந்தாலும் இந்தக் காதல் சமாசாரத்தை மட்டும் என்னால் பகிர்ந்துகொள்ள முடிவதில்லை. காதல் விவகாரம் இல்லாத தமிழ்ப் படம்தான் எது? நான் அப்பாவுக்கு என்று வெகு சாமர்த்தியமான என்னுடைய சினிமாக் கதை ஒன்றைச் சொன்னேன். பொய்யை அப்பா நிமிஷத்தில் கண்டுபிடித்துவிட்டார்.

"அது சரிப்பா. அவ்வளவு சீக்கிரத்தில் அவங்க காதலை அவங்க வீட்டுல ஒப்புக்கிட்டாங்களா என்ன?"

"இல்லை. ரொம்பக் கஷ்டப்பட்டுட்டாங்க அவங்க."

"அதானே... கஷ்டப்படறதா காட்டியிருந்தாதானே சினிமா. கஷ்டம் கொடுத்தாத்தானே பெற்றோர்கள்" என்றார்.

கொஞ்ச தூரம் அப்பா பேசாமல் வந்தார். பிறகு சொன்னார்:

"காதல் என்கிறதும், கல்யாணம் என்கிறதும் அந்தப் பிள்ளையும் பெண்ணும் சம்பந்தப்பட்ட அந்தரங்கமான விஷயம். அதுல இந்தப் பெரியவங்க புகுந்து குட்டையைக் குழப்பறதுதான் என்னால சகிச்சுக்க முடியலே..."

நான் இதில் அபிப்பிராயம் சொல்ல ஏதுமில்லை என்று தோன்றியது. சொன்னால் அதிகப்பிரசங்கித் தனமாய் ஆகக்கூடும் என்றும் அஞ்சினேன். காரணம், அது நான் பிரபாவதியிடம் காதல் வயப்பட்டிருந்த நேரம். அப்பா எனக்காகவும் இதைச் சொல்கிறாரோ என்று தோன்றியது.

கோர்ட்டில் வேறு ஏதோ ஒரு வழக்கு நடைபெற்றுக் கொண்டிருந்தது. அடுத்து, எங்கள் வழக்கு எடுத்துக்கொள்ளப்படும் என்று வக்கீல் சொல்லியிருந்தார். நானும் அப்பாவும் வராண்டாவில் நின்றுகொண்டிருந்தோம். நாங்கள் நின்ற இடத்திலிருந்து கடல் தெரிந்தது. அலைச் சத்தம் கேட்டது. மேகம் சூழ்ந்ததன் காரணமாகக் கடல் பழுப்பு நிறமுற்றிருந்தது.

அப்போதுதான் சுந்தரேச மாமா எங்களைக் கடந்து போனார். அப்பாவை கோர்ட்டுக்கு இழுத்த மனிதர். இன்றைக்கு இவரும் கோர்ட்டுக்கு வரவேண்டியிருக்கும் என்று நான் எதிர்பார்க்கவில்லை. அப்பாவைப் பார்த்ததும், தலையைக் குனிந்துகொண்டு வேகமாக எங்களைக் கடந்து போய்விட்டார். எனக்கு உடம்பின் இரத்தமெல்லாம் தலைக்கேறுவது மாதிரி இருந்தது.

அப்பா என் தோளைத் தட்டிச் சிரித்தார்.

‘சாந்தம்... சாந்தம்...’ என்று அந்தச் சிரிப்புக்கு அர்த்தம்.

அந்த நேரத்திலும் அப்பாவால் எப்படிச் சிரிக்க முடிகிறது என்று இருந்தது எனக்கு.

இந்த சுந்தரேச மாமாவை எனக்குச் சின்ன வயதிலிருந்தே தெரியும். அப்பாவுக்கு மிக நெருங்கிய நண்பர்களில் ஒருவர். சொந்த ஊரில் கஷ்டப்பட்டு, பிழைக்க எங்கள் ஊருக்கு வந்தவர் அவர் என்று நான் அறிந்திருந்தேன். அப்பாதான் ஏதோ ஒரு சிறு தொகை கொடுத்து, ஒரு சிறு பெட்டிக் கடையும் வைத்துக் கொடுத்ததாக அம்மா எனக்குச் சொல்லியிருக்கிறாள். அம்மா வருத்தத்தோடுதான் இதைச் சொன்னாள். இப்படி அப்பா ஊர் பேர் தெரியாத பேர்வழிகளுக்கெல்லாம் பணத்தைத் தூக்கிக் கொடுத்துவிடுகிறார் என்பது அம்மாவின் குற்றச்சாட்டு. சுந்தரேசன் அதிர்ஷ்டக்காரர் என்பார்கள். எனக்கு அதிர்ஷ்டத்தில் நம்பிக்கை இல்லை. அவர் திறமைசாலி. தொட்ட இடம் துலங்கியது அவருக்கு. வியாபாரம் ஆல்போல் தழைத்தது. இப்போது மார்க்கெட்டில் புகழுடன் இருக்கும் ஒரு பிஸ்கட்டை எங்கள் மாவட்டம் முழுமைக்குமாக ஏஜென்ஸி எடுத்தார் சுந்தரேசன். ஒரு பெருந்தொகை அந்த பிஸ்கட் கம்பெனிக்கு அவர்முன் பணம் கொடுக்கவேண்டி வந்தது. தன்னால் முடிந்தவரை பணம் புரட்டினார் அவர். மேலும் ஒரு லட்ச ரூபாய் அவருக்குத் தேவைப்பட்டது. இந்தக் கட்டத்தில்தான் அப்பாவை அணுகினார் சுந்தரேசன். யாரோ ஒரு சேட்டு கடன் கொடுக்கத் தயார் என்றும், அப்பா ஜாமீன் என்றும் அப்பாவிடம் சொல்லியிருக்கிறார்.

அப்பாவை, இந்த இடத்தில்தான் சிந்திக்க வேண்டியிருக்கிறது. அப்பா சொன்னாராம்.

"சுந்தரேசன். பணம் உன்னுடைய தேவை. சேட்டு உன்னை நம்பித்தான் பணம் தரணும். உன்னை நம்பாம, நான் கையெழுத்துப் போட்டாத்தான் தருவேன்னு சொன்னா, அது உனக்கு அவமானம் இல்லையா? நான் கையெழுத்துப் போடல்லேன்னா, அவர் தரமாட்டார், போட்டேன்னா சேட்டு நம்பாத ஓர் ஆள் என் சிநேகிதனா இருக்கிறார்னு ஆவுது. இத்தனைக்கும் உன் வீட்டை வெச்சுத்தான் பணம் கேக்கற... இப்போ அவ்வளவு பணம் என் கிட்டேயும் இல்லை. அதனால ஒண்ணு செய்வோம். நானே என் வீட்டை வெச்சு, என் பேரிலேயே கடன் வாங்கறேன். பசிக்கு உதவாத அன்னமும், சிரமத்துக்கு உதவாத சிநேகிதமும் பாழ்னு சொல்லுவாங்க..."

சுந்தரேசன் அப்பாவின் கையைப் பிடித்துக்கொண்டு, கண்களில் நீர் தாரை தாரையாக வழிய நின்றார் என்று அம்மா என்னிடம் சொல்லியிருக்கிறாள். "அம்மா அது காரணமாகவே என்னிடம் மூன்று முழு நாட்கள், பேசாமலேயே இருந்தாள்" என்று அப்பாவே கேலிக் குரலில் என்னிடம் சொல்லியிருந்தார்.

பிஸ்கட் ஏஜென்ஸி எடுத்து மேலும் செழித்தார் சுந்தரேசன். கடற்கரையை ஒட்டிய தெருவில், மிகப்பெரும் பங்களா கட்டிக்கொண்டார். வேன்களும், பல வண்ண மாருதிகளுமாய்ப் பொங்கினார். எங்கள் வீடு அடமானத்திலேயே இருந்தது.

சுந்தரேசன் கூண்டில் நின்றுகொண்டிருந்தார். எங்கள் வக்கீல் அவரை விசாரணை செய்துகொண்டிருந்தார்.

"வசந்த்லால் ஜெயின்கிட்டே உங்களுக்காகத்தானே அவர் பணம் வாங்கினார்?"

"இல்லை" என்றார் சுந்தரேசன்.

"அந்தப் பணம் ஒரு லட்சத்தையும் உங்களிடம்தானே அவர் கொடுத்தார்?"

"இல்லை" என்றார் மீண்டும் சுந்தரேசன்.

"நீங்கள் அவரிடம் பணம் வாங்கவே இல்லையா?"

"இல்லை" என்றார் சுந்தரேசன்.

எனக்கு மயக்கமே வரும் போலிருந்தது. எல்லாவற்றின் மேலும் ஒரு கசப்பு கவிந்தது. அப்பாவைப் பார்த்தேன்.

பிரபஞ்சன்

நிதானமாகவே இருந்தார். முகத்தில் எந்தக் கலக்கமும் இல்லை. எங்கள் தலைக்கு மேலே ஃபேன் சுற்றிக்கொண்டிருந்தது. ஆனாலும் அப்பாவின் நெற்றித் திருநீறு கரைந்து காதுக்கு முன் வழிந்துகொண்டிருந்ததைப் பார்க்க முடிந்தது. நான் அப்பாவின் கையைப் பற்றிக்கொண்டேன். அப்பா என்னைத் திரும்பிப் பார்த்தார். என் கலங்கிய கண்களைப் பார்த்திருக்கக் கூடும். என் கையை லேசாகத் தட்டிக் கொடுத்தார்.

என் காதுக்குக் குனிந்து சொன்னார், “லட்சம் ரொம்ப சிறிசு. கொடுத்துடலாம்.”

அப்பாவும் கூண்டில் ஏறினார். எங்கள் வக்கீலும், சேட்டின் வக்கீலும் அவரைக் கேள்வி மேல் கேள்விகள் கேட்டார்கள்.

அப்பா பதறாமல் நிதானமாக எல்லாவற்றுக்கும் பதில் சொன்னார். கடைசியாக நீதிபதியைப் பார்த்து அப்பா சொன்னார்.

“இன்னும் சரியாக முப்பது நாளில், வட்டியும் முதலுமாக சேட்டின் பணத்தைக் கொடுத்துவிடுகிறேன்”

வெயில் சுள்ளென்று அடித்துக்கொண்டிருந்தது. நாங்கள் சைக்கிள் ரிக்ஷாவில் திரும்பிக்கொண்டிருந்தோம்.

இது இவ்வாறு முடியும் என்று உண்மையில் நான் எதிர்பார்க்கவில்லை. நான் அதிர்ந்துபோயிருந்தேன்.

அப்பா சாதாரணமாகப் பேசிக்கொண்டு வந்தார்.

“நீ ஒன்றும் மனசை விட்டுடாதேப்பா. வாழ்க்கையில் இப்படித்தான் சிலது நடக்கும். இந்த வருஷம் பிரபாவதியை உனக்குக் கல்யாணம் பண்ணி வெச்சுடணும்னு இருந்தேன். அது கொஞ்சம் தள்ளிப் போகுமேன்னு இருக்கு...”

நான் அப்பாவின் கைகளைப் பற்றிக்கொண்டேன்.

அப்பா சொன்னார்: “துன்பம் வரும்போதுதான் நாம ரொம்ப தைரியமா இருக்கணும். நாம படிச்ச படிப்பு, அனுபவம் இதையெல்லாம் வெச்சுத் துன்பத்தை வெல்ல வழி பார்க்கணும். நீ ஒரு காரியம் பண்ணனும்...”

“சொல்லுங்கப்பா...”

“அம்மாகிட்டே எதையும் நீ சொல்லாதே. பக்குவமா நானே சொல்றேன்... பாவம், இதய நோய்க்காரி அவ. சரிதானா?”

"சரிப்பா"

"என்னை வீட்டுல விட்டுட்டு, நீ வேலைக்குப் போ..."

"சரிப்பா"

நான் ஏழு மணிக்குத்தான் வீடு திரும்பினேன். குளிக்க வேண்டும்போல் இருந்தது. உலகம் முழுதும் அழுக்கு அப்பிக்கொண்டிருக்கிறதே குளித்தேன்.

"சாப்பிடலாமா?" என்றார் அப்பா.

"உம்"

"உட்கார்"

அம்மா கூடத்தில் இலை போட்டாள். சரியாக அழைப்பு மணி ஒலித்தது. நான் எழுந்து போனேன். கதவைத் திறந்தேன். சரஸ்வதி மாமி நின்றிருந்தார். சுந்தரேசனின் மனைவி சரஸ்வதி மாமி. தெருவில் புதிய மாருதி. எப்போது வீட்டுக்குப் போனாலும் குடிக்க ஏதேனும் கொடுக்காமல் என்னை அனுப்பாத மாமி. சேட்டு விவகாரம் வரும் வரை, வாரத்துக்கு ஒரு முறையாவது எங்கள் வீட்டுக்கு ஏதேனும் பலகாரம் செய்துகொண்டு வந்து கொடுத்து அம்மாவிடமும் அப்பாவிடமும் என்னிடமும் பேசிக்கொண்டிருந்துவிட்டுப் போவார்.

மாமி என்னைப் பார்த்து, "சௌக்கியமா?" என்றார். வழக்கமான மாமியின் முகம் வாடியிருந்தது. பத்து மைல் நடந்து வந்தது மாதிரி அதீதமாக களைப்பு மாமியின் முகத்தில்.

"இருக்கேன். உள்ளே வாங்க மாமி"

மாமியைப் பார்த்ததும் இலையிலிருந்து எழுந்த அப்பா, "வா, வா..." என்றார். அம்மாவைப் பார்த்து, "பங்கஜம் சரசுவுக்கும் ஒரு இலை போடு..." என்றார்.

அம்மா, ரொம்ப நாளைக்குப் பிறகு வீட்டுக்கு வந்திருந்த சரசுவைப் பார்த்தாள். உபசாரத்துக்கு "வா... உட்காரு..." என்றாள்.

"இருக்கட்டும்..." என்ற மாமி, அப்பாவைப் பார்த்து "அண்ணா! உங்களோடு கொஞ்சம் பேசணுமே..."

"சாப்பிட்டுட்டுப் பேசலாமே" என்றார் அப்பா.

"அப்புறமா சாப்பிடறேனே"

"சரி..." என்று சொல்லிவிட்டுத் தன் அறைக்குள் போனார் அப்பா. நானும் மாமியைத் தொடர்ந்தேன். அம்மா உள்ளே போய்விட்டாள். நாற்காலியில் உட்கார்ந்தார் மாமி. எதிரே அப்பா அமர்ந்தார். நான் சுவரில் சாய்ந்து நின்றுகொண்டேன்.

மாமி சட்டென்று தன் கழுத்தில் போட்டிருந்த பட்டை செயினைக் கழற்றி அப்பாவின் முன் டீபாயில் வைத்தார். பிறகு காதுக் கம்மலைக் கழற்றத் தொடங்கினார்.

"என்ன சரசு, என்ன இது?" என்றார் அப்பா.

"என் வீட்டுக்காரர் செய்த தப்பை அழிக்க என்னால இதுதான் அண்ணா செய்ய முடியும். எல்லாம் ஒரு முப்பது பவுன் தேறும். அது லட்சத்துக்குக் காணாது. அதோட, என் புருஷன் செய்த தப்புக்கும் ஈடாகாது. இது என் மனசு திருப்திக்குத்தான். என் பிள்ளைக் குட்டிகளுக்கு ஒரு தீங்கு வரக்கூடாது. அண்ணா நீங்க வருத்தப்பட்டு, நாங்க வாழ முடியாது" என்றவர், தன் முந்தானையால் முகத்தை மூடிக்கொண்டு அழுதார்.

தாங்க முடியாத மனச்சுமையோடு மாமி வந்திருந்தார் என்று விளங்கியது.

மாமி அழுது ஓயட்டும் என்று அப்பா அமைதியாய் இருந்தார். பிறகு சொன்னார்.

"சரசு, நீ ரொம்ப நல்ல பொண்ணும்மா. முதல்ல நான் சொல்றதைச் செய். என் மேல உனக்கு உண்மையிலேயே மரியாதை இருந்தா, தயவு பண்ணி இந்த நகையை எடுத்துக் கழுத்திலே போடு..."

மாமி தயங்கி அப்பாவைப் பார்த்தார்.

"அண்ணா, அன்னக்காவடி மாதிரி இந்த ஊருக்கு நாங்க வந்தப்போ எங்களை ஆதரிச்சு இடம் கொடுத்து சோறு போட்டது நீங்க. இன்னிக்கு எங்க சொத்து சுகமெல்லாம் உங்களோடது. என் புருஷனை நினைச்சா எனக்கு அவமானமா இருக்கு..."

"அப்படியெல்லாம் சொல்லாதே. என்ன நடந்து போச்சுன்னு இப்படிப் பிரலாபிக்கிறே. ஏனோ ஒரு சின்ன..."

"பணத்துக்கு என்ன அண்ணா பண்ணுவீங்க?"

"கால்வாசிப் பணம் இருக்கு. நல்ல விலை படிஞ்சா வீட்டை வித்துடலாம்னு இருக்கேன். வரும்போது வீட்டைக்

கால்ல கட்டியா கொண்டுவந்தோம். என்ன கொண்டுபோகப் போறோம்?”

“வாழற வீட்டை விக்கணுமா அண்ணா, என் நகையை வித்தா என்ன...?”

“உன்கிட்டே எப்படிம்மா நான் நகையை வாங்க முடியும்? எனக்கென்ன உரிமை இருக்கு?”

“இது நீங்க கொடுத்த செல்வம் அண்ணா...”

“தப்பு. யாரும் யாருக்கும் கொடுத்துட முடியாதும்மா. முதல்ல நகையை எடு.”

அப்பாவின் குரலில் இருந்த கண்டிப்பில் மாமி நகையை எடுத்துக் கழுத்தில் போட்டுக்கொண்டார்.

“ஒரு லட்சம் அண்ணா... ஒரு லட்சம்...! புருஷனுக்குப் பதிலா பொண்டாட்டி கடனை அடைக்கறது தப்பில்லையே...”

“புருஷன் இல்லேன்னா அடைக்கலாம்.”

மாமி தலைகவிழ்ந்து இருந்துவிட்டுச் சொன்னார்.

“என் புருஷனைப் பார்க்கவே எனக்கு அவமானமா இருக்கு. சே! இவரோட குடும்பம் நடத்த வேண்டியிருக்கேன்னு இருக்கு.”

மாமி மீண்டும் கேவினார்.

அப்பா என்னைப் பார்த்தார்.

அவர் சொல்ல வந்தது, உணர்த்த நினைத்தது எனக்குப் புரிந்தது.

வெகு நேரம் மாமி பேசிக்கொண்டிருந்தார்.

அப்பா கடைசிவரை நகையைப் பெற மறுத்து விட்டார். வெளியே வந்தோம்.

“பங்கஜம், சரசுக்கு இலை போடு...” என்றார் அப்பா, அம்மாவைப் பார்த்து. அப்பாவும் நானும் ஒரு வரிசையாகவும் சரசு எதிரிலும் அமர்ந்தோம்.

அம்மா சாதம் பரிமாறினாள்.

“நான் வர்றேண்ணா” என்றார் சரசு மாமி.

“செய்... அடிக்கடி வா. சுந்தரேசனையும் முடிஞ்சா வரச் சொல்லு. ஆமா, பிள்ளைகள்லாம் நல்லா இருக்கா? கடைக்குட்டி

ஒழுங்கா பள்ளிக்கூடம் போறானா...? பள்ளிக்கூடம்னா வேம்பாக் கசக்குமே அவனுக்கு"

மாமி சிரித்துக்கொண்டார்.

நான் கார் கதவைத் திறந்தேன்.

டிரைவர் அப்பாவுக்கு வணக்கம் சொன்னார்.

மாமி என்ன நினைத்தாரோ, அப்பாவை நெருங்கிக் கேட்டார். "சத்தியமா உங்களுக்கு வருத்தம் இல்லையே அண்ணா?"

அப்பா ஒரு கணம் அமைதியாய் இருந்தார். பிறகு சொன்னார்:

"ஒரே ஒரு வருத்தம்மா"

"அண்ணா..."

"நல்ல சங்கீதத்துல ஒரு அபஸ்வரம் விழுந்துட்ட மாதிரி, எங்க சிநேகிதத்துல ஒரு சின்ன விரிசல் ஏற்பட்டிடுச்சேன்னுதான் வருத்தம். அதனால என்ன? இருட்டு வந்தா பகலும் வரும் தானே? சுந்தரேசனை நான் கேட்டதா சொல்லு" என்றார் அப்பா.

1987

அப்பாவுக்குத் தெரியும்

குளித்துவிட்டு வந்த சங்கரனுக்கு ஓர் ஆச்சரியம் காத்திருந்தது.

மேஜை மேல் ஒரு சட்டையும், பேன்ட்டும் துவைத்து இஸ்திரி போட்டு வைக்கப்பட்டிருந்தது. சட்டை, வெள்ளைச் சட்டை. அவனோ, லாண்டரியோ எந்தக் காலத்திலும் தராத வெள்ளை நிறத்தில் துவைக்கப்பட்டிருந்தது அது. சோப்பும், உழைப்பும் மட்டுமா துவைப்பது? அக்கறையும்கூட வேண்டும்.

தன்மீது இவ்வளவு அக்கறையாக, தன் ஆடையை இவ்வளவு நேர்த்தியாகத் துவைத்து வைத்திருப்பது யாராய் இருக்க முடியும்?

இடுப்பில் கட்டிய துண்டோடு வெளியே வந்தான் சங்கரன். அடுப்பறையை எட்டிப் பார்த்தான்.

"என்ன வேணும்?" என்றாள் அங்கு குக்கரிலிருந்து இட்லியை எடுத்து வைத்துக்கொண்டிருந்த சுமதி.

"அம்மா இல்லையா?"

"என்ன வேணும்? என்கிட்டே சொல்லுங்களேன்"

"என் சட்டையைத் தோய்ச்சது யார்?"

"நான்தான், ஏன் செய்யக்கூடாதா?"

"அதுக்கில்லை, ரொம்ப நல்லா இருந்துச்சு. எதுக்கு உனக்கு வீண் சிரமம்?"

"தேங்க்ஸ்" என்று ஒரே வார்த்தையில் அவனை வெட்டிக்கொண்டு, தன் காரியத்தையே கவனமாகத் தொடர்ந்தாள் சுமதி. ஆனால் மழைக்காற்று

பிரபஞ்சன்

மாதிரி அவள் முகத்தில் நிலைபெற்றுப்போன குளிர்ச்சியான புன்னகையைக் கவனிக்கத் தவறவில்லை சங்கரன்.

உடுத்திக்கொண்டு சாப்பாட்டு மேஜையில் வந்து அமர்ந்தான் சங்கரன்.

அம்மாவைக் காணோம். ஆனால் சுமதிதான் வந்தாள். தட்டில் இட்லிகளை எடுத்து இட்டாள். குட்டி வெள்ளை மேகம் மாதிரி ஆவி பறந்தது, அவற்றின் மேல்.

"அம்மா எங்கே?"

"ஏன்? நான் போட்டால் சாப்பிடக் கூடாதா?"

"அம்மா எங்கேயாவது வெளியே போயிருக்காங்களா என்ன?"

"இல்லை, லேசாக மயக்கமாக இருக்கிறதாம். படுத்திருக்காங்க..."

"ஐயையோ, அந்த பாட்டில்லே..."

"பச்சை மாத்திரை ஒன்றும், வெள்ளையில் அரை மாத்திரையும் காபியோடு கொடுத்து படுக்க வச்சிருக்கேன். தூங்கி எழுந்தா எல்லாம் சரியாய் போயிடும்... நீங்க சாப்பிடுங்க."

"ரொம்ப தேங்க்ஸ் சுமதி."

"தேவையில்லை. சாப்பிடுங்கள். உங்கள் 'ருசி' எனக்குத் தெரியாது. ரெண்டு நாள்தானே ஆச்சு. இன்னும் ஒரு நாள் 'டைம்' கொடுங்கள். உங்களுக்கு என்ன, எப்படி, எது பிடிக்கும்னு உங்களுக்குத் தெரியாததைக்கூட நான் சொல்வேன்."

"டிபன் உண்மையில் பிரமாதம்!"

"எனக்கு சினிமா விமர்சனம் தேவையில்லை. உறைப்பு, உப்பு, எல்லாம் சரியான விகிதத்தில் இருக்கா, அதைச் சொல்லுங்கள்."

"ஓ. கே..."

சர விளக்கு மாதிரித் தொங்கிக்கொண்டிருக்கும் தன் இரு சடைகளும், காற்றில் அசையும் ஊஞ்சல் சங்கிலி மாதிரி இருபுறமும் அசைய அவள் அடுப்பறைக்குச் சென்றாள்.

உண்டு முடித்து காலணி அணிய வந்தவன், அன்றைக்கு இரண்டாம் முறையாகத் திடுக்கிட்டான்.

அப்போதுதான் கடையில் வாங்கிய புத்தம் புது ஷுக்கள் மாதிரி பளபளத்துக் கண்ணாடி மாதிரி அவன் முகத்தைப் பிரதிபலித்தன, அவனது ஒன்றரை வயசான பழைய காலணிகள்.

"இதுவும் நீதானா?"

'ஆம்' என்று சொல்லவில்லை அவள். மாறாக, "எப்படி இருக்கு?" என்றாள்.

"இதையெல்லாம் நீ எதுக்குச் செய்றே...?"

"ஏன்? நல்லாயில்லையா? பழக்கம் இல்லை. அதுதான், போகப் போகச் சரியாயிடும்."

"சூ... அதுக்கில்லை, 'இந்த' வேலை?"

"வேலையில் உயர்வு என்ன, தாழ்ச்சி என்ன? சரியாகச் செய்திருக்கிறேனா? அதைச் சொல்லுங்கள்."

ஒருகணம் அவளைத் தீர்க்கமாகப் பார்த்துவிட்டு வெளியேறினான் சங்கரன்.

அவளிடமிருந்து ஒரு பெருமூச்சு வெளிப்பட்டது.

இது - சுமதி மாமா வீட்டுக்கு வந்த இரண்டாவது நாள். மாமாவைத் தவிர வேறு ஆதரவு இல்லை என்று அந்த வீட்டோடு வந்து ஒண்டிக்கொண்டவள் அவள். அம்மா படுக்கையாய்க் கிடந்து ஒரு மாலை வேளையில் சாகும்போது, தான் இனி ஓர் அனாதை என்று எண்ணினாள் அவள். அப்போது அருகில் இருந்த மாமா சொன்னார்: "சுமதி... உலகத்தில் உயிர் வாழ நேருகிற அந்தக் கடைசி மனுஷன்தான் அனாதை. உனக்கு நான் இருக்கிறேம்மா, என் தங்கை பெண் நீ. எனக்கு மகன் ஒருத்தன்தான். பெண் இல்லை. இனி நீயும் எனக்குப் பெண். வா என்னோடு."

அம்மாவின் காரியம் முடிந்த கையோடு மாமா வீட்டுக்கு வந்துவிட்டாள். அத்தை சுமதியைக் கட்டிக்கொண்டு அழுதாள். அத்தை மகன் சங்கரன், "ஐ ஆம் சாரி சுமதி" என்றான். எல்லோரும் ஆதரவாகத்தான் இருந்தார்கள். மனிதர்கள் அடிப்படையில் நல்லவர்கள்தானே? சுமதிக்குக் கூரை கிடைத்தது.

"வீட்டுக்குப் பின்னால் எவ்வளவு நிலம் காலியாகக் கிடந்தது. ஓர் அழகான தோட்டம் போடலாம்" மாமாவிடம் சொன்னாள்.

"போடேன்..." என்றவர் சில கணங்கள் சும்மா இருந்தார். பிறகு சொன்னார்:

"இது வெறும் களர் நிலம் சுமதி. நீர் வார்த்து, மண்ணைப் பண்படுத்தி எருவிட்டு, எதை நீ விதைத்தாலும் நெருப்பு மாதிரி பற்றும். நீ புத்திசாலி. வீட்டை ஒழுங்குபடுத்திக்கொள்ள வேண்டியது உன் பொறுப்பு."

பிரபஞ்சன் | 65

மாமா எப்போதும் இப்படித்தான் பேசுவார். ஒன்றுக்கொன்று சம்பந்தம் இல்லாதது மாதிரிப் பேசுவார். சம்பந்தம் இல்லை என்று சொல்லிவிடவும் முடியாது. யோசிக்க வேண்டும்.

"முயற்சி பண்றேன் மாமா."

"செய்."

கொஞ்சம் கீரைப் பாத்தி போட்டாள். கொஞ்சம் கனகாம்பரம், கொஞ்சம் பட்டு ரோஜாச் செடிகள், ஏன் ரோஜாப் பதியன்களைக்கூட நட்டு வைத்தாள். மாமா சந்தோஷமாக தூர நின்று அவளைக் கவனித்துக்கொண்டிருந்தார். அவர் மனசுக்குள் குதூகலம் குமிழிவிட்டது. அது அவர் முகத்தில் வெளிப்பட்டது.

"விதைத்து விட்டாய்... செடி தானே வளரும் என்று நினைத்துவிடக் கூடாது. வெகு ஜாக்கிரதையாகக் கவனிக்க வேண்டும்" என்று மாமா அவளைப் பார்த்துச் சொன்னார்.

"கவனிச்சுக்கறேன் மாமா."

"செய். உன்னால் முடியும்."

சங்கரன் ஒருநாள் தோட்டத்தைப் பார்த்துத் திடுக்கிட்டுத்தான் போனான். சுமதி வந்த பிறகு அவனுக்குத்தான் எத்தனை திடுக்கிடுதல். அங்கொன்றும் இங்கொன்றுமாக குத்துச் செடிகள் முளைத்திருந்த அந்தத் தோட்டத்துக்கு இவ்வளவு ஒழுங்கும், அழகும் எப்படி வந்தது என்று ஆச்சரியப்பட்டான். ஜமுக்காளம் விரித்திருந்த மாதிரி சின்னச் சின்ன கீரைப் பாத்திகள், ஒரு சாண் அளவுக்கு வளர்ந்து நிற்கிற பல்வேறு வகைப்பட்ட பூச்செடிகள், பற்றிப் படர முயற்சிக்கும் ஒரு முல்லைக் கொடி எல்லாம் அதன் அதன் இடத்தில் முளைத்து வந்துகொண்டிருந்தன.

"இப்போதுதான் எல்லாம் முளைக்கத் தொடங்கியிருக்கு" என்றார் மாமா, சங்கரனைப் பார்த்து.

"இந்த சுமதி வந்து எல்லாத்தையும் அடியோடு மாத்திட்டாப்பா."

மாமா திருப்தியுடன் சிரித்தார்.

"இன்னும் முழுசா இல்லை. இனி போக வேண்டிய தூரம் ரொம்ப இருக்கு."

"ரொம்ப சாமர்த்தியக்காரிப்பா அவ."

"அதிலென்ன சந்தேகம்?"

"பாவம்! அதிர்ஷ்டக்கட்டை."

"இல்லை... கட்டையாக நாம் அனுமதிக்கலாமா என்ன? தவிரவும், அதிர்ஷ்டமாவது ஒன்றாவது, அவளை எவன் அடைகிறானோ அவன் அதிர்ஷ்டக்காரன்"

"நிச்சயமாக?" என்றான் சங்கரன்.

தோட்டம் மட்டும் இல்லை. அவன் அறையைக்கூட அவள் மாற்றியமைத்துத்தான் இருந்தாள்.

கறையும் அழுக்குமாக, ஒரு பக்கம் சுருண்டுகிடக்கும். அவனாலேயே சகிக்க முடியாத நாற்றம் மிகுந்த அவன் படுக்கை விரிப்பும், போர்வையும் மிகுந்த சோபை பெற்று விளங்கின. சுமதியால்தான், கால் வைக்கிற இடமெல்லாம் 'நறநற'க்கிற தரை மிகச் சுத்தமாகியது. ரஸம் போன மாதிரி இருந்த கண்ணாடி என்ன மாயமோ, பளிச்சிட்டது. மேஜை, நகர சபைக் குப்பை வண்டி, இப்போதோ சீர் பெற்று விளங்கியது. புத்தகங்கள் ஒழுங்காக அடுக்கப்பட்டு, ரக வாரியாக அடுக்கப்பட்டிருந்தன. அழுக்குத் துணிப்பந்துகள் கண்ணில் விழுவது இல்லை.

ஏனோ அவளுக்கு நன்றி சொல்ல வேண்டும் எனத் தோன்றியது சங்கரனுக்கு. அழைத்தான்.

"என்ன?" என்றவாறு அறைக்குள் நுழைந்தாள் சுமதி.

"உன்னிடம் ஒன்று சொல்ல வேண்டும்போல் இருந்தது."

"சொல்லுங்களேன்."

அவள் கால் விரலால் தரையில் கோடு கிழித்தாள்.

"சொல்லுங்களேன்."

"ஒன்றுமில்லை உனக்கு நன்றி சொல்ல வேண்டும் என்று தோன்றியது."

"நன்றியா?"

அவள் முகம் சுருங்கியது.

"நான் வர்றேன்" என்று சொல்லிவிட்டு மறைந்தாள் சுமதி.

செடிகள் நன்கு செழித்து வளர்ந்து விட்டிருந்தன. திட்டமிட்டு வளர்த்த ஒரு நந்தவனம் மாதிரி இருந்தது தோட்டம்.

பிரபஞ்சன் | 67

அத்தைக்கு, சமையலுக்குக் கீரை கிடைப்பதில் மிகுந்த திருப்தி. சங்கரனுக்கு நண்பர்களை அழைத்து வந்து தோட்டத்தைக் காட்டுவதில் பெருமை. மாமாவுக்கு ஏதோ ஒன்று வளர்வதில் மகிழ்ச்சி.

அத்தை கீரையைப் பறித்துக்கொண்டே சங்கரனிடம் சொன்னாள். சுமதி மாடியில் வற்றல் பரப்பிக்கொண்டிருந்தாள்.

"என்ன கையிடா இது! எதைத் தொட்டாலும் துலங்குது. எதை வச்சாலும் விளங்குது. மரம் நட்டா தோப்பா விளையுது. வாழை வச்சா கனியாப் பழுக்குது. உடம்புக்குள்ளே எத்தனை பலம்! மனசுக்குள்ளே எத்தனை அழகு. சங்கரா நான் ஒன்று சொல்வேன், கேட்பியா?"

"சொல்லும்மா."

அம்மா சொன்னது சங்கரனுக்குப் பிடித்துத்தான் இருந்தது.

"நீயே அவகிட்ட பேசு. முன்னாலே அப்பாகிட்டே கேள்."

கேட்டான்.

அவர் சொன்னார்:

"கேள், அதில் தப்பில்லை. ஆனால் ஒன்று, அப்பா அம்மா இல்லாதவள். நம்மையே அண்டியிருக்கிறவ. அதை நினைக்க வைக்கிற மாதிரி நீ பேசிடப்படாது. நீ எப்படியோ, அது மாதிரிதான் எனக்கு அவ. ஏன், உன்னைக் காட்டிலும் அவ எனக்கு உசத்தி. ஜாக்கிரதை" என்றார் கறாராக.

"எனக்குத் தெரியாதாப்பா" என்றான் சங்கரன்.

பட்டுத் துணியைத் தொட்டுப் பார்ப்பது மாதிரிதான் சங்கரன், சுமதியுடன் பேசினான். ஆனால் அவனையறியாமல் அவனாலேயே ஒரு பிளவு ஏற்பட்டுவிட்டது.

"நான் உன்னை விரும்பக் காரணம்."

"காரணம்?"

அவன் யோசித்துவிட்டுச் சொன்னான்.

"இந்த வீடு உன்னால அழகு பெற்றுச்சு. இந்த வீட்டை உருத் தெரியாம மாற்றி அமைச்சுட்டே. என் அறைக்கு இவ்வளவு அழகு இருக்கிறது எனக்கே தெரியாமல் இத்தனை நாள் இருந்துச்சு. இந்தத் தோட்டம் எல்லாமே மாறிடுச்சே. நீ எனக்கு மனைவியா

வந்தா, என் வாழ்க்கையும் இந்த வீடு மாதிரியே பிரகாசிக்கும்."

அவள் யோசித்துக்கொண்டே நின்றாள்.

"என்ன யோசனை?"

"வேண்டாம். உனக்கு என்னைக் காட்டிலும் நல்ல மனைவி கிடைப்பா."

சுமதி போய்விட்டாள்.

சுமதி தோட்டத்தில் செடிகளுக்கிடையே ஒரு செடியாய் இருந்தபோது மாமா சொன்னார்:

"சுமதி... சங்கரனை மறுத்திட்டியாமே? அதுக்கு உனக்குச் சுதந்திரம் இருக்கு. மனசுக்குப் புடிக்கலைன்னா, அப்புறம் என்ன விவாகம்...? ஆனா, அதுக்குக் குறிப்பிட்ட காரணம் ஏதானும் இருக்காம்மா? சொல்லலாம்னு நினைச்சா சொல்லு?"

அவள் சொன்னாள்:

"மாமா, அவர் இந்த வீட்டையும் தோட்டத்தையும் ஒழுங்கு படுத்தினவளைத்தான் பார்த்தார். அவளைத்தான் கட்டிப்பேன்னு நினைச்சாரு மாமா. என்னை அவரு பார்க்கவில்லையே..."

மாமா மரத்துப்போய் நின்றிருந்தார். பிறகு சொன்னார்:

"சரி விடு. செடிகள்ளாம் இன்னும் ஆழமா வேர் பிடிக்கலைபோல இருக்கே... கவனி."

"சரி மாமா" என்றாள் சுமதி.

1987

அன்னை இட்ட தீ

ஹேமாவதியை தஞ்சாவூருக்கு அழைத்துச் செல்லக்கூடாது என்று நினைத்திருந்தேன். சென்றாலும், பெரிய கோயிலுக்குள் நுழையக்கூடாது என்றும் ஒரு தீர்மானத்தில் நான் இருந்தேன். இரண்டு முடிவுகளையும் நான் மீறும் சந்தர்ப்பம் எனக்கு ஏற்பட்டது.

இது இப்படித்தான். நான் எதையெல்லாம் செய்யக்கூடாது என்று என் டயரியில், டிசம்பர் மாதத்துக் கடைசி நாளில் எழுதி வைக்கிறேனோ, அதே காரியங்களை ஜனவரி முதல் தேதியிலிருந்தே செய்யும்படியாக ஆகிவிடும்.

என் நண்பர், அழகிய புது வருஷத்து டயரி ஒன்றை எனக்கு அன்பளித்தார். டிசம்பர் மாதத்துக் கடைசி நாளில் இரவு முழுக்க விழித்திருந்து, மணி பன்னிரண்டைத் தொட்ட அந்த நிமிஷம், டயரியை எடுத்துப் புது வருஷத்துக்கு நல்வரவு கூறி ஒரு கவிதை எழுதினேன். பிறகு என் சங்கல்பங்களை எழுதினேன். என் சங்கல்பங்கள் கை விரல் எண்ணிக்கையில் அடங்குபவை. அவைகளில், நான் கடைசியாக எழுதியது இதுதான். 'எந்தச் சந்தர்ப்பத்திலும் சுமதியை மீண்டும் எனக்கு நினைவுபடுத்தும் இடங்களையோ மனிதர்களையோ தேடி நான் போவதில்லை. என்னால் மீண்டும் அந்த வலி தாங்க முடியவில்லை!'

என்னைவிடவும் வலிமை படைத்த கரம் ஒன்று, என் பிடரியைப் பிடித்து உந்தி, என்னை என் விருப்பத்துக்கெதிரான வழியில் நடத்திச் செல்கிறது

என்றே நான் நம்புகிறேன். டிசம்பர் கடைசித் தேதி நான் எனக்கு விதித்துக்கொண்ட தடையை, ஜனவரி இருபதாம் தேதி மீறும்படியாக ஆனது. எனினும், எழுதி எழுதி மேற்செல்லும் விதியின் கையில், என்னை ஒப்புக்கொடுத்தபின் எனக்கு நிகழ்வது நன்மைகளாகவே இருந்ததை என்னால் புரிந்துகொள்ள முடிந்தது. என் தஞ்சை அனுபவமும் அவ்வாறாகவே முடிந்தது.

ஜனவரி இருபதாம் தேதி என் மிக நெருங்கிய உறவினர் வீட்டுத் திருமணம் காரியமங்கலத்தில் நடக்க இருந்தது. தஞ் சாவூருக்கு மிக நெருங்கிய ஊர் அது. ஹேமாவதி கண்டிப்பாய் அத்திருமணத்துக்குப் போய்த்தான் ஆக வேண்டும் என்று அடம்பிடித்தாள். நானும் சம்மதித்தேன். எனக்கும் ஊர் சுற்றுவதில் இஷ்டம் உண்டு. பத்தொன்பதாம் தேதி காலையில் நாங்கள் புறப்பட்டோம். மாலை இருட்டும் நேரத்தில் ஊர் போய்ச் சேர்ந்தோம். களஞ்சேரி ஆற்றில் அதிர்ஷ்டவசமாகத் தண்ணீர் இருந்தது. குளித்தேன். ஆற்றில் குளிப்பது மட்டுமே குளியல். மற்றதெல்லாம் வெறும் கழுவல். இரவு கல்யாண வீட்டில் விழித்திருக்கும் இன்பத்துக்கென்றே மனிதர்கள் கல்யாணங்களுக்குச் செல்ல ஆசைப்படுகிறார்கள் என்றே நான் நம்புகிறேன். கல்யாண வீடுகளில் பெண்கள் புதிய முகம் பெறுவார்கள். புதுமையாகச் சிரிப்பார்கள். அவர்கள் அணியும் பட்டு, சலங்கையாய் மாறிச் சப்திக்கும். அவர்கள் சூடும் மல்லிகையோ மனோரஞ்சித மலரின் மணத்தைப் பெற்று வித்தியாசமாய் மணக்கும்.

மறுநாள் காலை திருமணம் அழகாக நடந்து முடிந்தது. அப்புறம்தான் அந்த விபரீத கணங்கள் நிகழ ஆரம்பித்தன.

"ஏங்க... மதியம் சாப்பாடு எப்படியும் ஒரு மணி ஆகும். மணி இப்போ ஏழரைதானே ஆறது. எதுக்குச் சும்மா உட்கார்ந்திருப்பது! தஞ்சாவூர்வரை போய் வரலாமே. இங்கிருந்து அஞ்சு மைல் இருக்குமா தஞ்சாவூர்? அரைமணியில் போய்ச் சேர்ந்துவிடலாம், புறப்படுங்கள்" என்றாள் ஹேமாவதி. என் குழந்தைகள் இருவரும் குதித்துக்கொண்டு கிளம்பினார்கள்.

நான் மறுப்பது சாத்தியமில்லை. விதியின் கரம் என் பிடரியில் பட்டுக்கொண்டிருப்பதை என்னால் உணர முடிந்தது. பஸ்ஸில் அமர்ந்ததுமே சுமதியின் ஞாபகம் என்னைத் தின்னத் தொடங்கியது.

கரந்தைத் தமிழ்ச் சங்கத்தில் நான் படித்துக்கொண்டிருந்த காலம் அது. குதிரை கட்டித் தெருவில் ஒரு வீட்டின் மாடியில்

நான் தங்கியிருந்தேன். காலை எழுந்ததும் உடனே எனக்கு காபி தேவைப்படும். ஆகவே, ராமையர் கிளப்புக்கு நடந்து வருவேன். முத்துவேல் சேர்வைக்காரத் தெருவில் முதல் வீட்டை ஒட்டிய நகரசபைத் தண்ணீர்க் குழாயில் சுமதி தண்ணீர் பிடித்துக்கொண்டு நின்றிருப்பாள்.

கையால் அடித்து நீர் இறைக்கும் பம்பு கண்டு பிடிக்கப்படவில்லை இன்னும். ஆகவே குழாய்த் தலையை அழுத்திப் பிடித்துக்கொண்டிருந்தாலே தண்ணீர் வரும் மாதிரியான குழாயடியில்தான் சுமதியை நான் முதல்முதலாய்ச் சந்தித்தேன். தினம் காபிக்கு நான் வரும்போதெல்லாம் சுமதி அங்கே தண்ணீர் பிடித்துக்கொண்டு நின்றிருப்பாள். அந்த இடத்தைப் பொதுவாக நான் ஏழு மணிக்குக் கடப்பேன். சுமதி அப்போதும் அங்கு இருப்பாள். எனக்குக் காலை நான்கு மணிக்கு விழிப்புத் தட்ட ஆரம்பித்தது. ஐந்து மணிக்கு, ராமையர் எழுந்திருக்கும் முன்பேகூட, நான் அந்த இடத்தைக் கடந்தேன். சுமதி அப்போதும் அங்கு இருந்தாள். சுமார் ஒரு மாதத்துக்குப் பிறகுதான், சுமதி எனக்காகவே அங்கு நிற்பது எனக்குப் புரிந்தது. ஐந்து மணிக்கு நான் அவளைக் கடந்ததும், காபி கடைக்குச் சென்று ஒன்றன் பின் ஒன்றாக இரண்டு கப் காபிகள் அருந்தி, பேப்பர் கடையில் பேப்பர் வாங்கி மேய்ந்து, இரண்டு சிகரெட்டுகளை வாங்கி, ஒன்றைப் பற்ற வைத்துக்கொண்டு, வெட்டாற்றங்கரைப் புதர் மறைவில் ஒதுங்கி, மீண்டும் திரும்பும்போதும் சுமதியைக் குழாயடியில் காண்பேன். ஒரு திருமணத்துக்குத் தேவைப்படும் அளவுக்கு அவள் தண்ணீர் பிடிக்க வேண்டிய கட்டாயம், தினம் தினம் எனக்காக ஏற்பட்டமைக்காக நான் வருந்தாத நாள் இல்லை.

என் வகுப்பிலேயே செண்பக ராஜலட்சுமி, பரமேஸ்வரி, சீதா என்று கல்லூரிப் பேரழகிகள் இருக்கத்தான் செய்தனர். இவர்களில் யாருக்கும் இணையானவள் இல்லை இந்தச் சுமதி. எனினும் சுமதிதான் என்னைக் கவர்ந்தாள். அவர்கள் எவருக்கும் இல்லாத அழகொன்று அவளிடத்தில் நான் காண வாய்த்தது காரணமாக இருக்கலாம். சுமதியின் அழகை என் கண்களால் அல்லவா நீங்கள் காண முடியும்?

முதல் பார்வையில், என்னை மீண்டும் அவளைத் திரும்பப் பார்க்க வைத்தது அவள் தலை வகிடு என்று இப்போது யோசிக்கையில் தெரிகிறது. பெண்கள் நடு நெற்றிக்கு மேலே வகிடெடுப்பார்கள். அவள் கொஞ்சம் தள்ளி இடப்பக்கம்

வகிடெடுத்திருந்தாள். கூந்தல் சுருள் சுருளாக, கேரளத்துப் பெண்கள் மாதிரி கருத்து, மின்னி, அடர்ந்து, செழித்து, பொங்கி, புரண்டு, குழைந்து, தவழ்ந்து தொங்கியது. இரண்டாவது ஈர்ப்பாக இருக்கும். அசாதாரணமான கூர்மை பெற்ற நாசி. அழித்து நான்கு கண்கள் செய்யலாம் எனத் தோன்றும் இரண்டு மையுண்ட பெரிய விழிகள். இடது விழியில் வெள்ளைப் பகுதியில் ஒரு சிறு கருத்த மச்சம். கண்கள் பொதுவாகப் பழுப்பு நிறத்தில் இல்லாமல், கொஞ்சம் வெளுத்திருந்தது. என் மூன்றாம் கவர்ச்சி சின்னஞ் சிறிய, ஒழுங்கில் அமைந்த பற்கள். மென்மையான, கொஞ்சம் ஒல்லி எனச் சொல்லத்தக்க, பழுப்பு நிறத் தேகம். இவை அவளிடம் இருப்பது. ஆனால் இவையே அல்ல சுமதி. நிறைய மீதமாய் இருந்தாள் அவள். பெண், அவள் உறுப்புகளுக்குள் இல்லை, அவற்றைத் தாண்டி பிறிதொன்றில் இருக்கிறாள்.

சுமதிக்கும், எனக்குமான காதல் வாழ்க்கைத் தொடங்கிய அந்த முதல் நாள் தொட்டு பின் நேர்ந்த அனைத்துச் சம்பவங்கள் பற்றியும் நான் என் டயரிகளில் பதிவு செய்து வைத்திருக்கிறேன். எந்தச் சந்தர்ப்பத்திலும் எங்கள் உறவில், முன் கை எடுப்பவள் சுமதியாகத்தான் இருந்தாள். ஒருநாள் மதியம் கல்லூரிவிட்டு நான் அறைக்குத் திரும்பிக்கொண்டிருந்தேன். சுமதி அவள் வீட்டு மாடியில் நின்றுகொண்டிருந்தாள். என்னை நோக்கி ஒரு பொருளை விட்டெறியக் கண்டேன். அது தகரத்தால் ஆன சின்னஞ்சிறிய கண் மை டப்பா. அந்தக் காலத்து மை டப்பாக்கள் சின்னஞ்சிறிய குமிழிகளாகத்தான் இருந்தன. பரபரப்புடன் அதை எடுத்துக்கொண்டு அறைக்குத் திரும்பினேன், அவளிடமிருந்து எனக்கு வந்த முதல் கடிதத்தைப்போல. அதற்குப் பிறகு எனக்குக் கிடைத்த முதல் பொருள் அந்தக் கண்மை டப்பாதான். அறை சேர்ந்ததும் திறந்து பார்த்தேன். ஒரு துண்டுக் கடிதத்தில் நுணுக்கி நுணுக்கி இரண்டு வரிகள் எழுதியிருந்தாள். எனக்கு இதயம் மிக வேகமாக அடித்துக்கொண்டது. உடம்பு சில்லிட்டது. வியர்த்தது. பரபரத்தது. மதியத்துக்குப் பிறகு இந்த கல்லூரி வகுப்புகள் தலைமுடிக்குச் சமமாக எனக்கும் தோன்றியது. மூன்று மணிக்கெல்லாம் நான் பெரிய கோயிலில் இருந்தேன்.

ஏழு இருபத்து மூன்றுக்கு சுமதி, அவள் எப்போதும் விரும்பியுடுத்தும் ஊதா நிறச் சேலை, ரவிக்கையுடன் கோயிலுக்கு வந்தாள்.

முதலில் பெரு உடையார் சந்நிதிக்கும் பிறகு தாயார் சந்நிதிக்கும் சென்று வணங்கினாள். அதற்குப் பிறகு பிராகாரம்

சுற்றினாள். பிராகாரத்தில் சிவலிங்கங்கள் வைக்கப்பட்ட இருட்டு அறைகள் பல இருக்கின்றன. ஒன்றின் முன் நான் நின்றிருந்தேன். மூன்று முறை சுற்றிய பிறகு என் அருகில் வந்தாள். நாங்கள் அந்தச் சிவலிங்க அறைக்குள் புகுந்துகொண்டோம்.

எங்களுக்குள் பேச ஒன்றும் இல்லை. பேசித்தான் தெரிந்துகொள்ள வேண்டும் என்றும் ஒன்றும் இல்லை. அவள் கைகள் சூடாக இருந்தன. எனக்கு மட்டும்தான் உடம்பு நடுங்கியது. ஆண்டாளுக்குத் திருமாலின் இதழ்ச்சுவை அறியும் பாக்கியம் கிட்டவில்லை. ஆகவேதான் அவளுக்குச் சந்தேகங்கள் இருந்தன. திருமாலின் வாய் மணம் கற்பூரம்போல் இருக்குமோ, தாமரைப் பூவினதுபோல இருக்குமோ, இதழ் தித்திப்பாய் இருக்குமோ என்றெல்லாம் ஐயப்பாடுகள் எழுந்தன. எனக்கு ஐயம் இல்லை. நான் சுமதியின் இதழ்ச் சுவையையும் மனத்தையும் அறிந்தேன். கொய்யாப் பழ வாசனையை உடையதாய் இருந்தது அவள் வாய். துவர்ப்பின் முதல் கட்டச் சுவையாகவும் அது இருந்தது.

தஞ்சையில் பார்க்கத்தக்க இடங்கள் பல. நாங்கள் சரஸ்வதி மகாலையும், சரபோஜி தர்பாரையும், சிவகங்கைப் பூங்காவையும் பார்த்தோம். அப்புறம் பெரிய கோயிலுக்கும் போகத்தான் வேண்டும் என்றாள் ஹேமாவதி. அவள் வார்த்தைகளை நான் என்று மீறினேன்? போனோம். உள்ளே நுழையும்போது எனக்கு மயிர்க் கூச்சல் எடுத்தது. அரை உயிர் வாசி மாதிரி நடந்து போனேன்.

அந்தச் சிவலிங்க அறை இன்றும் அப்படியேதான் இருந்தது. அந்த இடத்தைக் கடந்து எனக்கு நடக்கும் சக்தி இல்லாமல் போயிற்று. கால் துவண்டது. அப்படியே தரையில் அமர்ந்து விட்டேன்.

ஹேமா பதறிப் போனாள்.

"என்னங்க என்ன ஆச்சு?" என்றாள்.

சுமதியைப் பற்றி அவள் அறிவாள். அவளை நான் முதல் முதலாக உடம்பாலும் அறிந்த இடம் அதுதான் என்று சொல்லி, நடந்த சம்பவங்கள் அனைத்தையும் சொன்னேன். அமைதியாகக் கேட்டிருந்துவிட்டு, பிறகு மென்மையாகச் சொன்னாள்.

"சரி, எழுங்க போகலாம்" என்று என் கையைப் பற்றி நான் எழத் துணைபுரிந்தாள்.

இருபத்தொன்றாம் தேதி நாங்கள் பாண்டிச்சேரி மீண்டோம். அன்று இரவு ஹேமா எனக்கு முதுகைக் காட்டியபடி படுத்திருந்தாள். அவளை அவ்விதமாகவே அணைத்துப் புறங்கழுத்தில் முத்தமிடுகையில்தான் கவனித்தேன். அவள் கண்களில் கண்ணீர் இருந்தது.

"எதற்கு அழ வேண்டும், ஹேமா?"

அவள் மௌனம் சாதித்தாள்.

"நீ விரும்பியபடிதான், ஒரு மாற்றத்துக்காகவும் இருக்கட்டும் என்று தஞ்சாவூருக்குப் போய் வந்தோமே, அப்புறம் என்ன குறை?"

அவள் கரகரத்தக் குரலில் சொன்னாள்.

"குறைதான். தஞ்சாவூரில் நீங்கள் என்னுடனா இருந்தீர்கள்? சுமதியோடதானே? மனம் முழுக்க சுமதியை அல்லவா சுமந்துகொண்டு திரிந்தீர்கள். என் வருத்தமெல்லாம்..."

"சொல்..."

"நான் என் கணவருடன் பயணம் செய்யவில்லையே என்றுதான்..."

எனக்கு வருத்தமாக இருந்தது. நான் சொன்னேன்.

"உனக்கும் எனக்கும் இடையில் எந்த ரகசியமும் இருந்துவிடக்கூடாது என்று எனக்குத் தோன்றியது ஹேமா. இருந்துவிட்டால், அது கண்ணுக்குள் துரும்பு மாதிரி உறுத்தும். துரும்பு சிறியதுதான். ஆனாலும் அது இருப்பது கண்ணில் அல்லவா?"

அவள் சொன்னாள்.

"சுமதியைப் பற்றி என்னிடம் ரகசியங்கள் இன்றிப் பகிர்ந்து கொண்டீர்களே, அதற்காக நான் மகிழ்ச்சியடைகிறேன். ஆனால், உங்களை ஒன்று கேட்கிறேன், ஒளிக்காமல் பதில் சொல்லுங்கள். இதுபோல எனக்கு ஒரு கிருஷ்ணமூர்த்தியோடோ, கேசவனோடோ, கணேசனோடோ இருந்து, அதை நான் உங்களுக்குச் சொன்னால் நீங்கள் அதைத் தாங்கிக்கொண்டு, மீண்டும் முன்போல் என்மீது அன்பு செலுத்துவீர்களா?"

நான் மிகவும் யோசித்தேன். பிறகு சொன்னேன்.

"அன்பு செலுத்துவேன் ஹேமாவதி! உனக்கு இந்த மாதிரி ஓர் அனுபவம் வாய்த்திருந்தால் நான் கவலைப்பட்டிருக்க மாட்டேன்.

அது தீக்குள் விரலை வைக்கிற அனுபவம். தீதான் அது, அதைத் தீண்டினால் சுடும். ஆனால் வலிக்காது, கை பொசுங்காது. அது ஒரு பேரனுபவம்."

அவள் என்னையே விழியகலப் பார்த்துக்கொண்டிருந்தாள். நான் தொடர்ந்தேன்.

"ஒவ்வொரு மனசுக்குள்ளும் ஒரு ஹோமகுண்டம் இருக்கிறது. அங்கே ஒவ்வொருவரும் ஒரு வகைத் தீயை வளர்க்கிறார்கள். தீ எதுக்காகவும் இருக்கலாம். அதை வளர்க்க வேண்டியது மட்டுமே முக்கியம். தீயை அணையாமல் காக்க வேண்டியது அதைவிட முக்கியம். எனக்கு சுமதி ஒரு தீ. உனக்கு வேறு ஏதோ ஒன்று. எந்த ரூபமானால் என்ன? தீயின் தன்மை ஒன்றுதானே? அதை வளர்த்து வருவது அவசியம். தீ இல்லையென்றால் ஹோமகுண்டம் இருந்து பயனில்லை. தீ அணைந்து போமாகில், உயிர் அணைந்தது என்றே அர்த்தம்."

அவள் என்னை நீண்ட நேரம் உற்றுப் பார்த்தவாறு இருந்தாள். பிறகு என் தோளில் தன் கையைச் சுற்றிக்கொண்டாள். இந்த அனுபவமும் அந்த அனுபவம்போலவே இருந்தது. காதலும் தீ மாதிரிதான். தீ அனைத்தும் ஒரு தன்மையையே கொண்டவை அல்லவா?

1986

ஒரு மனுஷி

அம்மணியம்மா ஆப்பக் கடையிலிருந்து கொலையே நிகழ்வது போன்ற பெருங்கூச்சல் எழுந்தது. சேகரின் தூக்கத்தைக் கலைத்தது. அவன் எழுந்து, பாயில் அமர்ந்து, கண்ணைக் கசக்கி விட்டுக்கொண்டான். கண் எரிந்தது. இடுப்பில் தொங்கி வழிந்த கைலியைச் சரி செய்துகொண்டான். கையை ஊன்றிக்கொண்டு எழுந்தான். தலை சுற்றுவதுபோல் இருந்தது. முந்தின இரவு சாப்பிடாதது நினைவுக்கு வந்தது. கூஜாவில் இருந்த தண்ணீரைக் கவிழ்த்துக் குடித்தான். வயிறு குளிர்ந்தது மாதிரி இருந்தது. ஆணியில் மாட்டியிருந்த சட்டைப் பையைத் துழாவினான். ஒரு சார்மினார் சிகரெட்டும், முப்பத்தஞ்சு பைசாவும் இருந்தன. சட்டைப் பைக்குள்ளேயே சில்லறையைப் போட்டுக்கொண்டு சட்டையையும் மாட்டிக்கொண்டு கீழே இறங்கிவந்தான்.

"நாலு ஆப்பம் குடுன்னா, பெரிசா கிராக்கி பண்ணிக்கிறியே... நாளைக்கு கடை வைக்க மாட்டே..." என்று சொல்லிக்கொண்டிருந்தான் காளி, அம்மணியம்மாவைப் பார்த்து.

"துட்டை எட்ரா, இன்னும் போணி ஆவல்லை" என்றாள் அம்மணியம்மா, பதிலுக்கு.

"ஆப்பச் சட்டியை எடுத்துப் போட்டு உடைக்கிறேன் பாரு"

"புடுங்கினே..."

நித்தம் நித்தம் நடக்கிற காட்சிதான் இது. சேகர் காளி அவனுக்குச் சற்றும் குறையாத அம்மணியம்மாவின் குரல்களைக் கேட்டுத்தான் கண்

பிரபஞ்சன் | 77

விழிப்பது என்பது சமீப காலத்தில் பழக்கமாகி விட்டிருந்தது அவனுக்கு. ஆப்பச் சட்டியைக் காளி உடைத்ததும் இல்லை, அம்மணியம்மா அவனுக்கு ஆப்பம் கொடுக்காமல் இருந்ததும் இல்லை.

கிஷ்ட்டன் டீ கடையில் கூட்டம் இருந்தது. அது ஒரு வகையில் சேகருக்கு ஆறுதலாக இருந்தது. இன்னும் போணி ஆகல்லை என்று கிஷ்ட்டன் சொல்ல முடியாது. கிஷ்ட்டன் அவன் முகத்தைப் பார்த்ததும், அருமையான கடும் மஞ்சள் நிறத்து, சர்க்கரை கம்மி டீ அடித்துக் கொடுத்தான். டீ தொண்டையைச் சூடு பண்ணிக்கொண்டு உள்ளே இறங்கியது, மிக இதமாக இருந்தது. காலி டம்ளரை வைத்தபடி கிஷ்ட்டன் முகத்தைப் பார்த்தான். அவன் எங்கோ திரும்பிப் பராக்குப் பார்த்துக்கொண்டிருந்தான். சேகர் அவனை நெருங்கி, "கணக்கில் எழுதிக்குங்க" என்றான், யாருக்கும் கேட்காத குரலில். கிஷ்ட்டன் திரும்பி அவனைப் பார்த்து, "கணக்கு ஏறிப் போச்சு" என்றான். அவன் கூடுதலாகச் சப்தத்தோடு அதைச் சொன்னதாகப்பட்டது சேகருக்கு.

திரும்பி வருகையில், அம்மணியம்மாளிடம், "மாடிக்கு நாலு ஆப்பம்" என்று கூறிவிட்டு வந்தான். அறைக்கு வந்து, சட்டையைக் கழற்றி மீண்டும் ஆணியில் மாட்டிவிட்டு, சிகரெட்டையும் தீப்பெட்டியையும் எடுத்துக்கொண்டு மீண்டும் கீழே இறங்கி வந்தான். வீட்டுக்குள் நுழைந்து, இரு திசைகளிலும், பக்கத்துக்கு நான்காக இருந்த எட்டு போர்ஷன்களையும் கடந்து, அந்த அறைக்கு முன் வந்து நின்றான். குளியல் அறைக்கதவு திறந்திருந்தது. அந்த அறைக்கதவு மட்டும் மூடியிருந்தது. வாயிலில் சின்ன தண்ணீர் வாளி இருந்தது. அந்தத் தண்ணீர் வாளி அஞ்சலையுடையது. அவளோ, அவள் புருஷனோ உள்ளே இருக்க வேண்டும்.

"என்னா போட்டோக்கார்ரே... சௌக்கியமா கீறியா?"

எட்டாவது போர்ஷனில் இருந்த எல்லம்மா கேட்டாள். வீட்டுக்கு வெளியே குத்துக்காலிட்டுக்கொண்டு மரச்சீப்பால் தலைவாரிக்கொண்டிருந்தாள் அவள். ஒவ்வோர் இழுப்புக்கும் சற்றே நரை கலைந்த, சுண்ணாம்புக் காரை படிந்த தலைமுடி, கொத்துக் கொத்தாக வந்துகொண்டிருந்தது. மயிர்க் கற்றைகள் சுருள் சுருளாகத் தரையில் உருண்டன.

"உம்" என்றான் சேகர்.

"எம்மா நாளா சொல்றேன். என்னை ஒரு போட்டோ எடுக்க மாட்டேங்கறே... சின்னதா, அறியாப் பொண்ணுங்களை மட்டும்தான் எடுப்பேபோல..."

"எடுக்கறேன்... எடுக்கறேன்."

"எதை?"

அறை திறந்து, ரப்பர் வளையணிந்த கையொன்று வாளியை உள்ளே இழுத்துக்கொண்டது. இரண்டு நிமிஷங்களுக்குப் பிறகு அவள் - அஞ்சலைதான் வெளியே வந்தாள். சேகர் சிகரெட்டைப் பற்ற வைத்துக்கொண்டு தொட்டியிலிருந்து வாளியில் தண்ணீர் முகந்து வைத்துவிட்டு, உள்ளே புகுந்து கதவைச் சாத்திக்கொண்டான்.

சேகர் குளித்துவிட்டு அறைக்குத் திரும்பினான். ஆப்பம் மேசை மேல் வைக்கப்பட்டிருந்தது. அப்படியே தரை மேல் அமர்ந்து தட்டை எடுத்து வைத்துக்கொண்டு சாப்பிடத் தொடங்கினான். ஆப்பத்துக்குத் தொட்டுக்கொண்டு சாப்பிட, வெல்லம் தூவியிருந்தது. அம்மா ஞாபகம் வந்தது அவனுக்கு.

வாரத்துக்கு இரண்டு நாட்களாவது அம்மா ஆப்பம் செய்வாள். முந்தின இரவே தென்னங் கள் ஊற்றி ஊற வைத்த மாவில் செய்த ஆப்பம், ஐயர் ஓட்டல் பூரி மாதிரி உப்பிக்கொண்டு இருக்கும். தொட்டுக்கொள்ள தேங்காய்ப் பால், எவ்வளவு அற்புதமாக இருக்கும். அம்மாவும் இல்லை, ஊரும் இல்லை. பட்டண வாசம் என்று ஆகி, கடன் சொல்லி அம்மணியம்மா ஆப்பம் என்றாகிவிட்டது. பசிக்கையில் ருசி தெரிவதில்லை.

பேன்ட்டை அணியும் முன்தான் நினைவுக்கு வந்தது, ஜட்டியை இரவே துவைத்துக் காய வைத்திருக்க வேண்டும். மறந்துபோய்விட்டான். இரு புறங்களிலும் மஞ்சள் கறை படிந்த ஜட்டியை மீண்டும், சகித்துக்கொண்டு அணிந்துகொண்டான். உடனேயே அரித்தது. பேன்ட்டை அணிந்துகொண்டான். சட்டையை மாட்டிக்கொண்டான். கேமரா இருந்த பையை எடுத்துத் தோளில் மாட்டிக்கொண்டான். அறையைப் பூட்டிக்கொண்டு கிளம்பினான். கேமராவுக்கு இன்றைக்காவது ஆபீசில் பணம் வாங்கி பிலிம் வாங்கிப் போட வேண்டும். மத்தியானத்துக்கும், இரவுக்கும் சாப்பிட காசு தயார் பண்ண வேண்டும். ஒரு பாக்கெட் சிகரெட் மூன்று ரூபாய் விற்கிறது.

ஆபீசில், துணை ஆசிரியர் ஏழுமலைதான் இருந்தார்.

"இன்னாப்பா... ஊரில்தான் இருக்கியா? ஆளையே காணமே..." என்றார் ஏழுமலை, சேகரைப் பார்த்து.

"ஆசிரியர் இல்லையா சார்...?"

"வர்ற நேரம்தான். வந்துடுவார். அப்புறம், படமே கொண்டாற மாட்டேன்ற... புதுசு புதுசா எத்தனை பேர் வந்திருக்கிறா? அவளுங்க படம் கொண்டாற மாட்டேன்ற... இன்னும் கே.ஆர்.விஜயா படத்தையும், சௌகார் ஜானகி படத்தையும்தான் கொண்டு வர்றே..."

சேகர் முந்திய வாரத்து இதழைப் புரட்டினான். இரண்டு படங்களின் மேல், தன் கையெழுத்தைப் போட்டான்.

"சார், இந்த இதழிலே, என்னோட ரெண்டு படம் வந்திருக்கு சார்..."

"இன்னா படம்?"

"ஜெயமாலினியும், டிஸ்கோவும் சார்."

"ஜெயமாலினி உன்னோடதா? சந்துரு கொடுத்த மாதிரி இருக்கு"

"இல்லே சார்... நான் எடுத்த படம் சார் அது. அந்த அம்மா வீட்டுக்கே போயி நான் எடுத்தது சார்..."

"சரி பேரை எழுதிட்டியா? எப்படியும் நாளைக்கு செக் வந்திடும்."

சேகருக்குத் 'திக்'கென்றது.

"சார்... இன்னைக்குப் பணம் கிடைக்காதா?"

"அக்கவுண்டெண்ட் இல்லை. அப்புறம் கையெழுத்துப் போட்டு, ஓ. கே பண்ண, ஆசிரியரும் இல்லை."

சேகர் எழுந்து, உள்ளேயே சுற்றிக்கொண்டு அரை மணியைக் கழித்தான்.

"இன்னா சேகர், சும்மா இருக்கியா? ஒரு ஹெல்ப் பண்ணு. அந்த 'என்' வரிசை கப்போர்டில், நதியா குளிக்கிற மாதிரி ஒரு படம் இருக்கும். எடேன்..." என்றான் லே-அவுட் ஆர்ட்டிஸ்ட் கோபி.

80 | ஒரு மனுஷி

நதியாவைத் தேடத் தொடங்கினான் சேகர். சைக்கிள் விடும் நதியா, நடனம் ஆடும் நதியா, குனிந்து வாசல் பெருக்கும் நதியா, குடிக்கிற நதியா, புடவையில் நதியா, புடவையில்லாமல் நவீன உடையில் நதியா, எல்லோரும் இருந்தார்கள் குளிக்கும் நதியா மட்டும் இல்லை!

"இல்லையா? எங்கே போச்சு? சார், நதியா கிடைக்கலை சார்" என்று கோபி, எழுமலையைப் பார்த்துக் கத்தினான்.

"இந்த எழவு ஆபிசில், எதுதான் இருக்கு? அமலா இருக்கா பாரு. அவளையே வச்சுடு. கொஞ்சம் போல்டா இருக்கிற படமா பாரு..."

சேகர், அமலாவின் படத்தை எடுத்துக் கொடுத்தான்.

"கோபி..."

"இன்னா?"

"பணம் இருக்கா?"

"விளையாடறியா, தேதி இன்னா?"

"இருபத்து ஏழு."

"பின்னே?"

மதியம் ஒரு மணிவரை ஆசிரியர் வரவில்லை. அப்புறம்தான் அக்கவுண்டென்ட் அன்று விடுமுறை என்று தெரிந்தது. கேமரா பையைத் தோளில் மாட்டிக்கொண்டு பத்திரிகை அலுவலகத்தைவிட்டு வெளியே வந்தான் சேகர்.

பசித்தது.

நான்கு ஆப்பம் என்பது, இருபத்து எட்டு வயது இளைஞனுக்கு ஒரு சரியான உணவல்ல. அதுவும் நான்கு ஐந்து மணி நேரத்துக்குப் பிறகு, அவை இருந்த இடம் தெரியாமல் போயிருக்கும்தான். வெயில் கொளுத்தியது. நிழலுக்காக, பஸ் ஸ்டாப்பில் வந்து நின்றான் சேகர். பஸ் நிழற்குடையில், அங்கு வரும் பஸ்களின் எண்கள் எழுதியிருந்ததன் மேல் போஸ்டர் ஒட்டி மறைத்திருந்தார்கள் சமூக விரோதிகள் சிலர். சேகரின் கைகள் பரபரத்தன. அதைப் படம் எடுத்து போட்டோவுடன் பத்திரிகைக்குத் தர வேண்டும் என்று ஒரு கணம் ஆவேசம் வந்தது. அப்புறம்தான் தன் கேமராவில் ஃபிலிம் இல்லை என்கிற நினைவு அவனுக்கு வந்தது. நிழற்குடையை ஒட்டியிருந்த பெட்டிக்

கடையில் சிகரெட் ஒன்றை வாங்கிப் பற்ற வைத்துக்கொண்டான். மீதி அவனிடம் இருந்த ஐந்து பைசாவை உறங்கும் குழந்தையை வைத்துக்கொண்டு பிச்சை கேட்ட ஒருத்திக்குப் போட்டான்.

கோடம்பாக்கம் போகிற பஸ் வந்து நின்றது. கோடம்பாக்கத்தை நினைக்கிறபோதெல்லாம், விஜயா ஞாபகம் வராமல் போகாது. விஜயா, அவள் காதலன் பக்கிரியுடன் கோடம்பாக்கத்துக்கு வந்த புதிதில் அவளை அவன்தான் படம் எடுத்தான். சில சினிமா பத்திரிகைகளுக்கு அவள் ஸ்டில்சைக் கொடுத்துப் பிரசுரிக்கவும் செய்தான். எப்போது சென்றாலும் ஏதாவது கொடுத்து உபசரிக்க அவள் தயங்குவது இல்லை. விஜயாவுக்கு ஏற்கெனவே, புகழ் பெற்ற மற்றும் புகழ்பெறத் துடிக்கிற விஜயாக்கள் நிறைய பேர் இருந்ததால், லாவண்யா என்று பெயரை மாற்றி அமைத்ததும் சேகர்தான்.

அவன் நின்றிருந்த இடத்திலிருந்து, லாவண்யா என்கிற விஜயாவின் இருப்பிடம் சுமார் இரண்டரை மைல் தூரம் இருந்தது. பஸ்ஸில்தான் போக வேண்டும். பஸ்ஸுக்கு எண்பது பைசாக்கள் ஆகும். ஆகவே நடக்கத் தொடங்கினான். வியர்வையில் நனைந்த சட்டைப் பிசுபிசுத்தது. பசி வரும் போதெல்லாம், இப்போது அவனுக்குள் ஒருவகை மயக்கம் வரத் தொடங்கியிருந்தது. யாரோ சிறுவன், முகம் பார்க்கிற கண்ணாடியை சூரிய வெளிச்சத்தில் காட்டி அவன் முகத்தில் அடிப்பது மாதிரி, சூரிய வெளிச்சம் பளீரென்று அவன் முகத்தில் விழுந்தது. கண்ணை இடுக்கிக்கொண்டே நடந்து விஜயாவின் வீட்டுக்கு வந்து சேர்ந்தான்.

முக்கிய வீதியிலிருந்து கிளை பிரிந்து, அவசரமாய் பள்ளமாகிப் போன தெருவுக்குப் பெயர் மசூதித்தெரு என்பது. தெருவின் அடுத்தமுனைப் பகுதியில் மசூதி ஒன்று இருந்தது. ஆகவே அதைக் குறிக்க அப்பெயர். தெருவில் பெரும்பாலும் பழைய நாட்டு ஓடுகள் வேய்ந்த பழைய வீடுகள், குடிசைகள் மிகுந்திருந்தன. கல் சுவர் வைத்து எழுப்பப்பட்ட, மேலே கூரை வேய்ந்த வீடு ஒன்றில் விஜயா ஜீவனம் செய்துகொண்டிருந்தாள்.

வெயிலுக்கு குளிர்ச்சியாக இருக்கும் பொருட்டுத் தரையில், முந்தியைப் போட்டு படுத்திருந்தவள், கதவு தட்டப்படும் சப்தம் கேட்டுக் கதவைத் திறந்தாள்.

"அட, சேகரா! வா... வா... இப்பத்தான் வழி தெரிஞ்சதா?" என்று வரவேற்றாள் விஜயா. இரும்பு நாற்காலியில் அமர்ந்து,

பையைக் கீழே வைத்துவிட்டு, "கொஞ்சம் தண்ணி கொடு" என்றான்.

விஜயா மண் கூஜா தண்ணீரை எடுத்து வந்து கொடுத்தாள். 'மடக் மடக்'கென்று ஒரே மூச்சில் குடித்து முடித்தான் சேகர்.

"எப்படி இருக்கே?" என்று கேட்டான் சேகர்.

"ஏதோ காலம் போவுது... நீதான் என்னை மறந்துட்டே..."

"அதெல்லாம் இல்லை. ஒரு விஷயம். புதுசா ஒரு பத்திரிகை வருது. சினிமாப் பத்திரிகைதான். படம் வேணும். ரொம்பப் பெரிய கம்பெனி. கலர் கலரா படம் வேணும்னு சொல்றாங்க..."

"எடுக்கப் போறியா?"

"ஏன்?"

"முகம் கழுவணும்... கொஞ்சம் மேக்கப் பண்ணிக்கணும்... துணியை மாத்திக்கணும்..."

"அந்தப் பச்சை கவுன் இருக்கில்லே. அதைப் போட்டுக்க..."

அவள் எழுந்து, துணி மறைப்புக்கு உள்ளே சென்றாள். தரையிலிருந்து ஒரு ஜாண் உயரத்துக்கு இடைவெளி இருந்த அந்தத் துணி மறைப்பில் அவள் சேலை வழிந்து விழுவது தெரிந்தது. அடுத்த பத்து நிமிஷத்துக்குள், பச்சை கவுன் அணிந்து, சிவப்பு பவுடரும், பேன் கேக்கும் அப்பிய முகமும், சிவந்த உதடுடனும் வந்து சேர்ந்தாள் விஜயா.

பையைத் திறந்து கேமராவை வெளியே எடுத்தான் சேகர்.

"எப்படி வேணும்? செக்ஸியாவா? சாதாரணமாவா?"

"இரண்டுமா?"

அவள் பல விதங்களில், குனிந்தும், கைகளை மேலே தூக்கியும் பக்கவாட்டில் நிமிர்ந்தும், குப்புறப் படுத்துக்கொண்டும், நிமிர்ந்து படுத்துக்கொண்டும், சிரித்தும், அழுதும், உதட்டைக் கடித்தும் போஸ் கொடுத்தாள். 'பளிச்பளிச்'சென்ற ஃபிளாஷைத் தட்டிக்கொண்டிருந்தான் சேகர்.

முடிந்ததும், அவள் அவனுக்கு முன் மூங்கில் தூணில் சாய்ந்து வெற்றிலைப் பெட்டியை எடுத்து அருகில் வைத்துக்கொண்டாள்.

"வெற்றிலை போடறியா சேகர்?"

"வேணாம்."

அவள் பாக்கைப் போட்டு சுண்ணாம்புப் பூசி, வெற்றிலையை மெல்லத் தொடங்கினாள். சட்டென்று அவள் உதடு வித்தியாசமாகச் சிவந்தது. உதட்டுப் பூச்சும், வெற்றிலையும் சேர்ந்து, அவள் உதடுகள் இரத்தமாயின. அப்படியே ஒரு முத்தம் கொடுக்க வேண்டும்போல இருந்தது. வயிற்றுப் பசி, அந்த எழுச்சியை அடக்கிவிட்டது.

"தொழில் எப்படி நடக்குது விஜயா?"

"நொண்டுது. படத்துக்குப் போயி பத்து நாள் ஆகுது சேகர். ரொம்பக் கஷ்டமா இருக்கு. இன்னும் இந்த மாடி வீட்டு வாடகைகூட தரல்லை."

"பார்ட்டி ஒண்ணும் வரல்லையா?"

"நாலு நாள் ஆச்சு. ஒருத்தர் வந்தாரு. ரூபாய் ஐம்பது கிடைச்சுச்சு. இடம் வசதி இல்லையே. கட்டில் இல்லை. மெத்தை இல்லை. எனக்கும் முப்பது ஆயிருதே. அதுவே அதிகம். அதை வச்சுத்தான் நாலு நாளைத் தள்ளிட்டேன்..."

"கந்தசாமியைக் கவனிச்சுக்கணும்..."

"அந்தக் களவாணியைச் சொல்லாதே! ஒருத்தரு ஐம்பது கொடுத்தா, கமிஷன் பத்தை எடுத்துக்கிட்டு நாப்பதுதான் தரான். அப்புறம் போலீசுக்காரனுக்கு அஞ்சு, பேட்டை பிஸ்தா ஒருத்தனுக்கு அஞ்சு, எல்லாம் போக என் கைக்கு வர்றது முப்பதுதான். அதை வச்சு நான் விளக்கேத்துவேனா, கஞ்சி குடிப்பேனா, நீயே சொல்லு."

"முன்னையெல்லாம் தினம் பார்ட்டி வருமே உனக்கு?"

"வரும்தான். நான்தான் மூணு நாளா எதுவும் வேணாம்னுட்டேன். நாளைக்கு வரச் சொல்லியிருக்கேன்."

"ஏன்?"

"அதான். மூணா நாள் ஒதுங்கியிருக்கேன். அதோட, உடம்பெல்லாம் காயம் வேறே... ஒரு குடிகாரப் பய வந்து என்னைச் சின்னாபின்னப் படுத்திட்டான்"

சேகர் கிளம்ப வேண்டும் என்று நினைத்தான்.

"விஜயா, ஏதாவது பணம் இருக்கா? ஒண்ணுமில்லை. பிரின்ட் போடணும். பத்திரிகைக்குத் தரணும்..."

விருட்டென்று நிமிர்ந்தாள்.

"ஐயோ, சேகர் உங்கிட்ட சொல்ல என்ன வெக்கம். நான் காலை முழுசா பட்டினியா கிடக்கேன். கடன் வாங்கக் கூசுது. இப்ப போயி பணம் கேக்கறியே" என்றவள், அவன் முகத்தைக் கூர்ந்து பார்த்தாள்.

"இரு... இதோ வர்றேன்..." என்றுவிட்டுக் கதவைத் திறந்துகொண்டு போனாள். கால் மணி சென்று திரும்பி வந்தாள்.

"வரலட்சுமி அக்காகிட்டே வட்டிக்கு வாங்கியிருக்கேன். இந்தா... அடுத்த வாரம் வா சேகர்... ஏதாவது தர்றேன்" என்றாள். அவன் கையில் ஐந்து பத்து ரூபாய் இருந்தது.

"நீயும் கொஞ்சம் வச்சுக்கோ..." என்று, இருபது ரூபாயை அவளிடம் கொடுத்துவிட்டு, முப்பதைத் தான் எடுத்துக்கொண்டான் சேகர்.

"வரட்டுமா?"

"படுத்துட்டுப் போறியா?"

"வேணாம்"

"சரி அடுத்த வாரம் வா. கண்டிப்பா வா. ஏதாவது நல்ல சரக்கா வாங்கிக்குவோம்."

"சரி"

சேகர் கிளம்பினான்.

சேகர் கிளம்பிய சிறிது நேரத்துக்கெல்லாம் வரலட்சுமி அக்கா வந்தாள்.

"என்னடி தலைபோவற அவசரம்னு, பணம் வாங்கிட்டு வந்தே. பார்த்தா, யாரோ ஒருத்தன் பையை எடுத்துக்கிட்டுப் போறானே என்ன சங்கதி?"

"ஒன்றுமில்லைக்கா. ஒரு சினேகிதக்காரு."

"சினேகிதன் பணம் கொடுக்கலையா?"

"இல்லை. நான்தான் கொடுத்தேன்."

"தலைகீழா இருக்கு?"

"நல்ல மனுஷங்க்கா. படம் எடுக்கிறவரு. நான் மொதோ மொதோ இங்க வந்தப்போ, என்னைப் படம் எடுத்தவரு இவருதாங்கா."

"இப்பவும் எடுத்தானா?"

"எடுத்தாரு. ஆனா…"

"ஆனா?"

"கேமராவில் ஃபிலிம் இல்லாம எடுத்தாரு."

"அவனைச் சும்மாவா விட்டே?"

"பாவம்கா. கண்ணைப் பாத்தா தெரியுதே சாப்பிடல்லைனு. சோத்துக்காக நல்ல மனுஷன் பொய் சொல்றாரு பாரு… அதான்…"

விஜயா எழுந்து பூட்டு சாவியை எடுத்தாள்.

"சாப்பிடல்லைக்கா. பாய் கடைவரைக்கும் போய் வந்துடறேன்.!"

"இந்நேரம் சோறு இருக்காதேடி"

"பிரியாணி இருக்குமேக்கா. வரியா?"

"நான் துன்னுட்டேன். நீ போ…"

வீட்டைப் பூட்டிக்கொண்டு தெருவில் இறங்கினாள் விஜயா. தெருவில் வெயில் குறைந்திருந்தது.

1985

ஒரு வித்யாவின் கதை

அனந்தராமனை கிருஷ்ணமூர்த்தி வெறுக்கத் தொடங்கியிருந்தான். மனிதனை மனிதன் வெறுப்பது நியாயமல்லவே. எனினும் மனிதனை மனிதன் நேசிக்க எவ்வளவு காரணங்கள் உலகில் இருக்கின்றனவோ, அவ்வளவு காரணங்கள் வெறுக்கவும் இருக்கத்தானே செய்கின்றன? அனந்துவை வெறுக்க, கிருஷ்ணமூர்த்திக்கு உள்ள காரணங்கள் நியாயமானவை.

அன்று ஏப்ரல் இருபதாம் தேதி சூரியன் மிகக் கடுமையாகத் தகித்தது. தகிப்பதுதானே சூரியன்? வியர்த்துக் கசங்கிய அன்று மாலை ஒவ்வோர் அறையாகப் புகுந்து, அனந்து மிட்டாய் வழங்கிக்கொண்டிருந்தான். நாலணாவுக்கு மூன்று என்கிற மிட்டாய் வகை. கிருஷ்ணமூர்த்தி எழுதிக்கொண்டிருந்தபோது கதவைத் தட்டினான் அனந்து. சலிப்புடன் பேனாவைப் போட்டுவிட்டுக் கதவைத் திறந்த கிருஷ்ணமூர்த்தி முன் மிட்டாயை நீட்டினான்.

"அனந்து சார்... என்ன விசேஷம், பிறந்த நாளா?"

"ஊகும்..."

"உத்தியோக உயர்வு, அப்படித்தானே...?"

"இல்லை... கண்டுபிடித்துச் சொல்லுங்கள் பார்ப்போம்"

கஷ்டமென்பதே இதுதான். சமீப காலங்களில் கிருஷ்ணமூர்த்திக்கு இதுபோன்ற கஷ்டங்கள்

வரத் தொடங்கியிருந்தன. காரணம் அவன் பிரபலமடையத் தொடங்கியிருக்கும் கதாசிரியன், அவனைத் தேடி ரசிகர்கள் வரத் தொடங்கியிருந்தார்கள். எப்படிப்பட்ட ரசிகர்கள்? எழுத உகந்த நேரம் என்று, விடியற்காலை நேரங்களில் அவன் பேனாவையும் பேப்பர்களையும் வைத்துக்கொண்டு அமர்கையில் வந்துவிடும் ரசிகர்கள், குளிக்கத் துண்டை எடுத்துக்கொண்டு கிளம்புகையில் முப்பது பக்கக் கதைகள் நான்கு ஐந்தை எடுத்து வந்து, படித்து உடனே அபிப்ராயம் சொல்லச் சொல்லும் ரசிகர்கள்; ராத்திரி இரண்டரை மணிக்குக் கதவைத் தட்டி, அவனுக்கு உலகம் அனுமதிக்கிற ஒரே சந்தோஷமான தூக்கத்தைக் கெடுத்து, "வணக்கம் சார், ஸ்டார் டாக்கீசுக்கு இரண்டாவது ஆட்டம் சினிமாவுக்கு வந்தேன். இந்த நேரத்தில் என்ன செய்வீர்கள் என்று பார்த்துவிட்டுப் போக வந்தேன். குட் நைட் சார்..." என்றுவிட்டுப் போகும் ரசிகர்கள். போதாததற்கு, அனந்துவைப்போல அடுத்த அறையிலேயே வாடகை தந்து குடியிருக்கும் தொந்தரவுகள் கிருஷ்ணமூர்த்திக்கு எரிச்சல் மண்டியது.

"சொல்லுங்க அனந்து... எனக்கு வேலை இருக்கு..." என்று மிட்டாயை வாயில் போட்டு அதக்கிக்கொண்டே சொன்னான் கிருஷ்ணமூர்த்தி, குரலில் கடுமை தொனிக்காமல்.

"எனக்கும் என் மனைவிக்கும் விவாகரத்து ஆயிடுச்சி மூர்த்தி சார். இன்னிக்கு மத்தியானம்தான் தீர்ப்பு வழங்கினார் நீதிபதி. அப்பப்பா... எத்தனை காலமா கோர்ட்டுக்கு நாயா அலையறது? இன்னைக்குத்தான் நிம்மதியா இருக்கு. அதைத்தான் கொண்டாடிக்கிட்டிருக்கேன்.

கிருஷ்ணமூர்த்திக்கு அனந்து சொன்னது அதிர்ச்சியாய் இருந்தது. விவாகரத்தைக் கொண்டாடுற மனிதன்கூட உலகத்தில் இருக்க முடியுமா?

"விவாகரத்தா?"

"ஆமா, சனியன் தொலைஞ்சதுன்னு நிம்மதியா இருக்கு. எங்க உறவிலேயே நல்ல பொண்ணா, நல்ல சீர் வரிசை தர்ற இடமா பார்த்து எனக்குக் கல்யாணம் பண்ணி வைக்கறதா சொல்லியிருக்கார் எங்க மாமா. இந்த வழக்குத்தான் தடையா இருந்துச்சு. அதுவும் ஒரு வழியா முடிஞ்சுருச்சு..."

அனந்துவின் முகத்திலும் குரலிலும் தொனித்த உற்சாகம் மூர்த்தியின் ரௌத்திரத்தை ஒட்டுமொத்தமாகக் கிளறிவிட்டது.

"எத்தனை மணிக்குத் தீர்ப்பு வந்துச்சு"

"நாலு மணிக்கு"

"இப்போ மணி என்ன?"

"அஞ்சு அம்பது"

"இரண்டு மணி நேரத்துக்குள்ளே, உங்களுக்கு ரெண்டாவது பொண்டாட்டி ஞாபகம் வந்துடுச்சே! சே... என்ன மனுஷன் சார் நீங்க, உங்களோட விவாகரத்து வாங்கிக்கிட்ட அந்தப் பெண்ணோட மனசு என்ன பாடுபடும்னு நினைச்சுப் பாத்தீங்களா அனந்து?"

"அந்தக் கழுதையைப் பத்தி நான் எதுக்காக நினைக்கணும். ஆபீஸ்விட்டு வர்றபோதே எவனையாவது இழுத்துக்கிட்டு வீட்டுக்கு வர்றவ சார் அவ. அவளுக்காக நான் என்னத்துக்குக் கவலைப்படணும் சொல்லுங்க."

"போதும்" என்றவாறு அறைக்குள் சென்று கதவைச் சாத்திக்கொண்டான் மூர்த்தி.

அந்த நிமிஷம் தொடங்கி அனந்துவை வெறுக்க ஆரம்பித்தான் அவன்.

திருவல்லிக்கேணி வாழை மண்டிக் கடைகளை ஒட்டி ஏராளமான சந்துகள், அவற்றில் ஒன்று மோதிலால் சந்து. எவ்வளவு நல்ல பெயர்? ஆனால், வாழை மண்டிக்காரர்கள் தங்கள் அவசரத்துக்கு உட்காரும் சந்தாக அது மாறிப் போனதால், அதுக்கு மூத்திரச் சந்து என்று வசையான பெயர் ஏற்பட்டு விட்டது. அதில் ஒரு பழங்கால வீடு. வீட்டை கார்டுபோர்ட் அட்டையால் தடுத்து மேலும் கீழுமாக சுமார் இருபது அறைகளை உருவாக்கி வாடகைக்கு விட்டிருந்தார் சாமர்த்தியக்காரத் தமிழர் ஒருவர். அவற்றில் தெருவைப் பார்த்து இருக்கும் இரு அறைகளில் ஒன்று அனந்துடையது. மற்றது கிருஷ்ணமூர்த்தியுடையது. இருவர் அறைகளும் சம அளவு உடையதுதான். இருந்தும் மூர்த்தியின் அறைக்குக் கூடுதலாக இருபது ரூபாய் வாடகை. காரணம், மூர்த்தியின் அறையில் ஜன்னல் இருந்தது. ஜன்னல் வழியாகக் காற்றும் வெளிச்சமும் வந்தன. காற்று, வெளிச்சம் இரண்டுக்கும் தலா பத்து ரூபாய். சரிதானே!

மூர்த்தி ஒரு பத்திரிகை அலுவலகத்தில் வேலை பார்த்து வந்தான். அனந்துக்கு அரசாங்கத்தில் வேலை. ஒரு கையில் தன் உடைமைகள் அடங்கிய பெட்டியையும், மறுகையில் மூக்கையும்

பிரபஞ்சன் | 89

பிடித்துக்கொண்டு மூர்த்தி அந்த லாட்ஜ் வாசியாகியிருந்தான். மூர்த்தியை முதலில் விசாரித்தவன் அனந்துதான்.

"எங்கே சார் வேலை?"

மூர்த்தி சொன்னான்.

"என்ன சம்பளம்?"

முதல் சந்திப்பில், முகம் தெரியாத ஒருவன் இக்கேள்வியைக் கேட்பதில் உள்ள நாகரிகக் குறையை அனந்து அறிந்திராதது மூர்த்திக்குச் சங்கடமாக இருந்தது. ஆயினும் தன் சம்பளத்தைச் சொன்னான்.

"ப்பூ... இவ்வளவுதானா? பெரிய பத்திரிகையில் வேலை. இவ்வளவுதானா சம்பளம் தர்றான்? நான் உங்களைக் காட்டிலும் நாலு மடங்கு அதிகமாக சம்பளம் வாங்கறேன். ஒரு விஷயம் தெரியுமோ? இந்த லாட்ஜிலேயே அதிக சம்பளம் வாங்குகிறவன் நான்தான்."

இதைச் சொல்லிவிட்டு 'ஹே... ஹே...' என்று சிரித்தான் அனந்து.

அனந்து அறை அறையாகச் சென்று இனிப்பு வழங்கியதைப்போலவே, பல மாதங்களுக்கு முன்னர், அறை அறையாகச் சென்று கல்யாணப் பத்திரிகை கொடுத்தான். முதல் பத்திரிகை மூர்த்திக்குத்தான். வழக்கமான வெள்ளை அட்டை அழைப்பிதழ். அனந்தராமன் பின்வரும் தேதியில் செல்வி வித்யாவைத் திருமணம் செய்துகொள்ள இருக்கும் இனிய நிகழ்ச்சிக்குத் தாங்கள் வருகை தந்து வாழ்த்தக் கோரும் அழைப்பிதழ்,

மூர்த்தி திருமணத்துக்குப் போயிருந்தான். பழைய மாம்பலத்தில் உள்ள ஒரு கல்யாண மண்டபத்தில்தான் அது நடந்தது. அனந்துவின் திருமணத்தை மறக்க முடியாத நிகழ்ச்சியாக அடித்தவர் ரிடையர்ட் தாசில்தார் புஜங்கராவ்.

தலை கவிழ்ந்து உட்கார்ந்திருந்த வித்யாவின் கழுத்தில் அனந்து தாலி கட்டி முடித்தவுடனேயே, மணமக்களுக்கு முன்னர் ஓர் ஆளுயர மைக் நிறுத்தப்பட்டது. அனந்து மைக்கின் முன் வந்து நின்று, "இப்போது பெரியவர் புஜங்கராவ் எங்களை வாழ்த்தி ஆங்கிலத்தில் உரையாற்றுவார்" என்றதும், புஜங்கராவ் எழுந்து மந்தகாசப் புன்னகையுடன், தன் கல்யாணத்தின்போது தைத்த கோட்டை இழுத்துவிட்டபடி வந்து மைக்கைப் பிடித்தார்.

பட்டுப் புடவையும் மல்லிகைப் பூவும் கொண்டு திருமணத்துக்கு வந்திருந்த பெண்கள் திகைப்போடு புஜங்கராவை வேடிக்கை பார்க்கத் தொடங்கினர். கல்யாண வீட்டில் ஆட்டம் போட்டுக்கொண்டிருந்த குழந்தைகள் அனைத்தும் ராவைச் சுற்றிக் குழுமி ஆச்சர்யத்தோடு பார்க்கத் தொடங்கின.

"லேடீஸ் அன் ஜென்டில்மேன்" என்று தொடங்கிய ராவ் சளசளவென்று விக்டோரியா ராணியின் ஆங்கிலத்தில் பொழியத் தொடங்கினார். சூழ்நிலையின் வித்தியாசத்தில் ஈர்க்கப்பட்டு இருந்தவர்கள் அடுத்த ஐந்தாவது நிமிஷத்தில் தெளியத் தொடங்கினார்கள். ராவ், உலகம் முழுதும் என்ன வகையில், திருமணம் நடைபெறுகிறது என்று விளக்கிக்கொண்டிருந்தார். கொத்துக் கொத்தாக ஆண்களும் பெண்களும் எழுந்து சாப்பிடவும், அல்லது வீட்டுக்கும் என்று வெளியேறத் தொடங்கினார்கள். திடீரென்று மூர்த்தி உணர்வு பெற்றுத் தன்னைச் சுற்றிப் பார்த்துக்கொண்டான். மணமக்களையும் அவனையும், ராவையும் தவிர வேறு ஒரு ஜீவனும் அங்கில்லை. ஆனாலும் ராவ் உரை நிகழ்த்திக்கொண்டிருந்தார். திடீரென்று அனந்து எழுந்து மூர்த்தியிடம் வந்தான். "அடுத்து நீங்கதான் பேசணும். சிறுகதை அரசர் கிருஷ்ணமூர்த்தி பேசுவார்'னு சொல்லப் போறேன்..." என்றான். திடுக்கிட்டுப் போன கிருஷ்ணமூர்த்தி, "அனந்து சார்... ப்ளீஸ் வேணாம்... என்னால் பேச முடியாது. தயவு செய்து கேளுங்க. வேண்டாம்" என்று சொல்லிக்கொண்டிருக்கும் போதே ராவ் மைக்கின் மூலம், "நண்பர்களே, இனி நீங்கள் ஓர் அற்புதத் தமிழ்ப் பொழிவைக் கேட்கப் போகிறீர்கள். நிகழ்த்தப் போகிறவர் தமிழ்நாட்டு மாப்பசான், கிருஷ்ணமூர்த்தி" என்று முழங்கிக்கொண்டிருந்தார்.

அறையைச் சாத்திக்கொண்டு உள்ளே வந்த கிருஷ்ணமூர்த்தி பேனாவை மூடி வைத்தான். எழுதிய தாள்களை அடுக்கிக் கட்டி வைத்தான். இனி எழுத முடியாது என்று அவனுக்குத் தோன்றியது. தலை கவிழ்ந்தவாறே அனந்து கட்டிய தாலியை ஏற்றுக்கொண்ட அந்த வித்யாவின் முகம் அவனுக்குள் தோன்றியது.

வித்யா இந்த நேரம் என்ன செய்துகொண்டிருப்பாள்? அழுதுகொண்டிருக்கக் கூடும். பெண்கள் இந்த மாதிரி நேரங்களில் அழ மட்டுமே கற்றிருக்கிறார்கள். வித்யாவுக்கு அப்பா இருப்பார். அவர் தன் குடும்ப கௌரவமே போய்விட்டதாக, வாழ்வில் ஒரு மாசு வந்ததென எண்ணி, தாழ்வாரம் தன்னில் தலைசாய்த்து

பிரபஞ்சன் | 91

அமர்ந்திருப்பார். வித்யாவுக்கு அம்மாவும் இருப்பாள். அவளுக்கென்று விதிக்கப்பட்ட ராஜாங்கமான அடுப்படியில் அமர்ந்து மகளின் வாழ்வு மண்ணானது என்று சொல்லி கண்ணீர் விட்டுக்கொண்டிருக்கக் கூடும்.

மூர்த்திக்கு எழுத முடியாது என்று தோன்றியது. ராவ் மைக்கை அவன் கையில் கொடுத்துப் பேசு பேசு என்கிறபோது அவனும் அந்த மணமக்களை வாழ்த்தித்தானே பேசினான். மைக்கைப் பிடித்துக்கொண்டு வாழ்த்தியது அவனுக்குக் கூச்சமாய் இருந்ததே தவிர, வாழ்த்தியது உண்மைதானே. மனசுக்குள் இருந்து வந்தவைதானே வாழ்த்துரைகள்.

வித்யா என்கிற, அவனால் வாழ்த்துரைக்கப்பட்ட ஒரு பெண் வாழ்க்கையை இழந்து கலங்கிக்கொண்டிருக்கையில், கதை எழுதிக்கொண்டிருப்பது எவ்வளவு பெரிய அபத்தம்? கண்ணீருக்கு முன் கதை எங்கே? உலகம் முழுவதும் எவ்வளவு வித்யாக்கள்? ஒவ்வொரு வித்யாவுக்கும் ஒவ்வொரு விதமான பிரச்சினை. ஆக மொத்தத்தில் எல்லோருமே அழுதுகொண்டிருக்கிறார்கள். ஆண்களும் பெண்களும் மிருகங்களும் உயிர் படைத்த அனைத்தும், எல்லோருடைய கண்ணீரையும் ஒரு கிருஷ்ணமூர்த்தியா துடைக்க முடியும்? ஆனாலும், கிருஷ்ணமூர்த்திக்கு எண்ணம் வேறு விதமாக இயங்கியது. இத்தருணம், உலகம் முழுதும் எங்கெங்கோ வீடுகள் தீப்பிடித்து எரிந்துகொண்டிருக்கின்றன. எல்லாத் தீயையும் ஒரு மனிதன் அணைப்பது என்பது அசாத்தியமே. எனினும் கண்ணுக்கு முன் ஒரு வீடு தீப்பற்றி எரிகையில், கை கட்டிக்கொண்டு கதை எழுதிக்கொண்டு இருப்பது ஒரு வகை நபும்சகத்தனம் அல்லாமல் வேறு என்ன?

மூர்த்தி ஒரு தீர்மானத்துக்கு வந்தான். அவனால் நபும்சகனாக இருக்க முடியாது. அந்த வித்யாவைச் சென்று பார்ப்பது என்ற முடிவுக்கு வந்தான் மூர்த்தி. அவன் உடனடியாக சேகரிக்க வேண்டியது அவள் முகவரியை.

திருமணத்துக்குப் பிறகு அனந்து அறையைக் காலி செய்துவிட்டு வித்யாவின் வீட்டோடு தங்கியிருந்தான். புறப்படுமுன், மூர்த்திக்குத் தன் மனைவி வீட்டின் முகவரியைக் கொடுத்த நினைவு வந்தது. பரபரவென்று தன் பழைய டயரிகளை எடுத்துப் புரட்டி, கண்டுபிடித்தான் வித்யாவின் முகவரியை.

சென்னையில் காலை நேர பஸ் பயணம் மிக இனிமை. காலை என்பது ஐந்துக்கும் ஏழுக்கும் இடைப்பட்ட காலம். பஸ்ஸில் உட்காரவும், ஏன் சரிந்து சாய்ந்து காலை நீட்டிக்கொள்ளவும்கூட முடியும். காலை நேரத்துப் பனி போர்த்த, காற்று நீங்கள் எதிர்பாராத நேரத்தில் உங்கள் மேல் வீழ்ந்து உங்களைச் சிலிர்க்கச் செய்யும். கல்யாண வீட்டுப் பன்னீர் மாதிரியும், நீங்கள் ஏதோ வேலையில் ஆழ்ந்திருக்கையில் பின்னிருந்து உங்கள் கழுத்தைக் கட்டிக்கொள்ளும் உங்கள் வீட்டுப் பிஞ்சுகள் மாதிரியும் இருப்பதை அனுபவிக்க முடியும்.

அனுபவித்துக்கொண்டு பயணம் செய்தான் மூர்த்தி. அழுக்கும், கொடூரமான ஹார்ன் சப்தங்களும், பெட்ரோல் புகையும் மலிந்த, தெத்துப்பல், மாதிரி ஒழுங்கற்ற சந்துகளும் நிறைந்த, வட சென்னையின் ஒரு தெருவில் இருந்தது வித்யாவின் வீடு. கம்பி அழி போட்ட பழங்கால வீடு. முகப்பின் இரு பக்கமும் அகன்றத் திண்ணைகள். மொத்தமும் அகன்றதும், சித்திர வேலைப்பாடு மிகுந்ததுமான கதவைத் திறந்ததும் விரியும் ரேழி. இடது கைப் பக்கம் சாய்வு நாற்காலி போட்டுப் படுத்திருந்தவர், அனேகமாக வித்யாவின் அப்பாவாகத்தான் இருக்க வேண்டும். பழங்கால போட்டோ மாதிரி மங்கிப் போய் இருந்தார் அவர். ஆளரவம் கேட்டுத் திரும்பி மூர்த்தியைப் பார்த்த அவர். “யாரு வேணும்?” என்றார்.

“என் பெயர் கிருஷ்ணமூர்த்தி. அனந்தராமன் சினேகிதன். வித்யாவைப் பார்க்க வந்தேன்.”

பெரியவர் முகம் மேலும் மங்கியது. ஒரு நிமிஷம் அவனைப் பார்த்தவாறே அமைதியாய் நின்றார் அவர். “எல்லாத்தான் முடிஞ்சு போச்சே.”

“இனி அவளைப் பார்த்து என்ன ஆக வேண்டியிருக்கு?” என்றார் அவர் சலிப்பாக. உடன், பழகி வந்த நாகரிகம் நினைவு வந்தவராக, “உட்காருங்க” என்று எதிரில் இருந்த அவரைப்போலவே நம்பிக்கை இழந்த பழம்பெரும் நாற்காலி ஒன்றைச் சுட்டிக் காட்டினார். மூர்த்தி மிகக் கவனமாக அதில் அமர்ந்தான். வாசலுக்கு நேர் எதிரில் இருந்த இருண்ட குகையை நினைவுறுத்தும் ஓர் அறையைப் பார்த்து “வித்யா” என்று குரல் கொடுத்தார். குகை, ஒன்று சமையல் அறையாய் இருக்கும் அல்லது அதன் நீட்சியால் குளியல், அறையாய் இருக்கும். அந்த இருளில் இருந்த வித்யா, “என்னப்பா” என்றவாறே வந்தாள்.

இரு முன்னங் கைகளிலும் சோப்பு நுரையும், நீரும் படிந்திருந்தன. நனைந்த புடவையை மேலே இடுப்பில் செருகியிருந்தாள். ஓர் அந்நியனைக் கண்டதும் புடவையை ஒழுங்கு செய்துகொண்டு முன்னங்கைகளைத் தலைப்பால் துடைத்தவாறே அவனைப் பார்த்தாள். பெரியவர் சொன்னார்.

“சார், அனந்துவோட சினேகிதராம் பெயர் என்னன்னு சொன்னீங்க... அபாரமா மறதி வந்துடுத்து எனக்கு.”

“கிருஷ்ணமூர்த்தி” என்றவாறு கைகூப்பினான் அவன்.

“வணக்கம்” என்று கூறி நமஸ்கரித்தவள், “உங்களை எங்கோ பார்த்த நினைவு. சட்டென்று...”

மறித்து, மூர்த்தி சொன்னான்.

“உங்கள் கல்யாணத்துக்கு வந்திருந்தேன். உங்களை வாழ்த்திக்கூடப் பேசினேனே...”

“ஓ... ‘தமிழ்நாட்டு மாப்பசான்’ என்றுகூடச் சொன்னார்களே!”

குபீரென்று சிரித்தாள் வித்யா. மூர்த்திக்கு வெட்கமாகி விட்டது. வித்யாவின் முகத்தில் சந்தோஷம்.

வருகை புரிந்த, நீண்ட காலம் பிரிந்திருந்த நண்பரை வரவேற்கிற தொனியில் வித்யா சொன்னாள்.

“வாங்க சார்... மாடிக்குப் போவோம். அங்கே சௌகர்யமா பேசலாம். என்ன சாப்பிடுவீங்க, காபியா, டீயா? பூஸ்ட்கூட இருக்கு.”

“எதுக்கு சிரமம்?”

“சிரமமா? அப்போ உங்க வீட்டுக்கு நான் வந்தா, காபி, டீகூடக் கொடுக்காமே துரத்திடுவீங்களா?”

“சேச்சே...”

“பின்னே? சர்த்தான் வாங்க சார்... ரொம்பத்தான் பிகு பண்ணிக்கிறீங்க.”

மறுவார்த்தை பேசமுடியாது, மூர்த்தி அவளைப் பின் தொடர்ந்து மாடிக்குப் போனான். மாடிப்படிகள் மிகக் குறுகலானவை. குதித்துத் தாண்டி நாலு எட்டில், மாடியை அடைந்துவிட்டாள் வித்யா. நிதானமாகத்தான் மேலே வர முடிந்தது மூர்த்தியால். மாடி பெரும் பகுதி மொட்டையாகவும், ஒரு சிறிய அறையோடும் இருந்தது.

"இதுதான் என் அறை. இரண்டு நிமிஷம் உட்கார்ந்திருங்கள். பத்திரிகை பார்த்துக்கொண்டிருங்கள். நான் காபியோடு வந்து விடுகிறேன்." என்றுவிட்டு திடுமென மறைந்துவிட்டாள் வித்யா.

இரண்டு நிமிஷங்களில் மீண்டும் தோன்றி, அவனிடம் காபியைக் கொடுத்தாள். அவன் முன் அமர்ந்தாள்.

"சொல்லுங்க மிஸ்டர் மூர்த்தி. எப்படி இருக்கார் உங்கள் நண்பர்?"

"அனந்துவுக்கென்ன? அவரால் சந்தோஷமாக இருக்க முடிகிறது."

"அவர் அப்படித்தான் இருப்பார்."

"எனக்கு உங்களைப் பற்றிக் கவலையாய் இருந்தது. நான் வேறு மாதிரி நினைத்தேன்."

"சொல்லுங்கள், என்ன மாதிரி நினைத்தீர்கள்?"

"ரொம்பவும் பாதிக்கப்பட்டிருப்பீர்கள், ரொம்பவும் வருந்துவீர்கள், உங்களுக்கு ஆறுதல் சொல்ல வேண்டியது என் கடமை என்று எனக்குத் தோன்றியது. அதற்காகத்தான் வந்தேன்…"

"ரொம்ப நன்றி மிஸ்டர் மூர்த்தி. இந்த நேரத்தில்தான் மனிதர்களின் பக்கத்துணை வேணும். உங்களுக்கு ஏதேனும் ஏமாற்றமாக இருக்கிறதா?"

"ஏமாற்றமா? அப்படியென்றால்?"

"நீங்கள் வரும்போது நான் அழுதுகொண்டிருக்கவில்லை. தரையில் படுத்து சோகமே உருவாய் இருக்கவில்லை. சாப்பிடாமல் பட்டினி கிடக்கவில்லை. துணி வெளுத்துக்கொண்டிருந்தேன். அழுக்கான துணிகளை என்ன பண்ணுவது? வெளுப்பதைத் தவிர? நீங்கள் என் முன்னாள் கணவரின் நண்பர் என்று தெரிந்ததும், நான் முகத்தை மூடிக்கொண்டு அழுதிருக்க வேண்டும். அதையெல்லாம் நான் செய்யவில்லை. என்ன, இந்தப் பெண் இப்படிக் கல்லாட்டம் இருக்கிறாளே என்றுகூட நீங்கள் நினைத்திருக்கலாம்."

"நான் அப்படி நினைக்கவில்லை வித்யா. கொஞ்சம் நிம்மதியாகக்கூட இருந்தது."

"நிம்மதியா?"

"ஆமாம். நீங்கள் அப்படியெல்லாம் உடைந்து போகவில்லை. பிரச்சினையை எதிர்கொண்டு விட்டீர்கள். அதைச் சமாளிக்கவும் செய்கிறீர்கள் என்று புரிந்தது. அதனால் எனக்கு ஆறுதல்."

"காபி ஆறிடும், சாப்பிடுங்கள். ஃபேனை இன்னும் கொஞ்சம் வேகமயாய் சுழல விடட்டுமா? இதுபோதுமா?"

"போதும்."

மூர்த்தி காபியைக் குடித்து முடிக்கும்வரை அமைதியாய் இருந்தாள் வித்யா.

"காபிக்கு டிகாக்ஷன் போதுமா? இன்னும் ஸ்ட்ராங்காக இருக்கலாமா? அல்லது குறைக்கலாமா? உங்க டேஸ்ட் எனக்குத் தெரியாதில்லையா?

"இதுபோதும் எனக்கு. இந்த மாதிரி இருந்தால்தான் பிடிக்கும். காபி அதற்குரிய மணத்தோட இருக்கணும், இலேசா கசக்கணும். கசக்கிறதுதான் காபி."

"எனக்கும் அப்படித்தான்."

வித்யா 'குபுக்'கென்று சிரித்தாள். ஊற்று உடைத்துக்கொண்டு பொங்குவது மாதிரியான சிரிப்பு அவளுடையது. பிறகு சொன்னாள்:

"மூர்த்தி சார் நான் அழவில்லை என்று நினைக்காதீர்கள். கண்ணீர் விட்டால்தான் அழுகையா? என் மனசு ரணமாகி இரத்தம் கசிகிறது. நான் உடைந்துபோய்விடக் கூடாது என்கிற ஜாக்கிரதை உணர்வில்தான், எதை எதையோ இழுத்துப் போட்டுக்கொண்டு செய்கிறேன். உங்களோடு சிரித்துப் பேசுகிறேன். காபி போட்டுத் தருகிறேன்..."

சுமார் ஒரு மணி நேரம் வித்யாவுடன் பேசிக்கொண்டிருந்துவிட்டுப் புறப்பட்டான் மூர்த்தி. தெருவாசல்வரை வந்து அவனை வழியனுப்பி வைத்த வித்யா சொன்னாள்.

"மூர்த்தி... அடிக்கடி நாம் சந்திக்க வேண்டும். என் பலமும், என் ஆறுதலும் நண்பர்கள்தான், சரியா?"

மூர்த்தி ஒப்புக்கொண்டான்.

அவர்களின் வழக்குபற்றி தீர்ப்பு மதியம் மூன்று மணிக்குத்தான் வழங்கப் பெற்றது. எனினும் காலை பதினோரு மணி முதலே வித்யாவும், அவள் தந்தையும் அவர்களின் வழக்கறிஞர் அறையில் காத்திருக்க வேண்டியிருந்தது. வழக்கின் முடிவை அவள் அறிந்திருந்தாள். அதை எதிர்பார்த்திருந்தாள். ஆனால் அதற்காக காத்திருக்கும் அந்தக் கணங்களே அசுர கணங்கள் என்று அவளுக்குத் தோன்றியது.

அனந்து, அவனுடைய வழக்கறிஞர் அறையில் காத்திருக்கக் கூடும். இரண்டு பேருமே, ஒரு கட்டட நிழலில் ஒதுங்கிப் பிரிந்து போகக் காத்திருக்கிறார்கள். மூன்றாவது மனிதனின் அல்லது சமூகத்தின் உத்தரவுக்காகக் காத்திருக்கிறார்கள்.

வித்யா மூர்த்தியிடம் அந்த நேரத்தைப் பற்றி சொல்லியிருந்தாள்.

"எனக்கு இதெல்லாம் ரொம்ப அபத்தமாகப்படுகிறது மூர்த்தி. நானும் அனந்துவும் சேர்ந்து வாழறதும் பிரியறதும் எங்கள் சொந்த விஷயம். எங்கள் இரண்டு பேர் மட்டும் சம்பந்தப்பட்ட விஷயம். நாங்கள் எதற்குச் சட்டத்தின் சம்மதம் கோர வேண்டும்? நாங்களே பிரிந்துபோய்விடுவது என்று தீர்மானித்துவிட்ட பிறகு, ஒரு மூன்றாவது மனிதரான நீதிபதியின் அங்கீகாரம் எங்களுக்கு எதற்கு?"

"சரி வித்யா, நீங்கள் இரண்டு பேரும் இணையும்போது, நீங்கள் ரெண்டு பேராக மட்டுமா இணைந்தீர்கள்? ஊரைக் கூட்டிச் சப்தம் போட்டீர்கள். சட்ட சம்மதம் பெற்றீர்கள். பிரியும்போதும் அப்படித்தானே செய்ய வேண்டும். ரெண்டு பேரும் மனமொத்துப் போனீர்கள் என்றால், மூன்றாவது சக்தி தலையிட வாய்ப்பே இல்லை. உங்களுக்குள் விவகாரம் என்றால், மூன்றாவது மனிதர் தலையிடத்தானே செய்வார்?"

"இப்போ எனக்குப் புரிகிறது மூர்த்தி. திருமணங்கள் சட்டபூர்வமாக இருக்க வேண்டும் என்று நாம் நினைப்பதிலேயே ஊழல் இருக்கிறது இல்லையா? அவனுக்கும் அவளுக்கும் பரஸ்பரம் ஒருவர் மேல் ஒருவருக்கு நம்பிக்கை இருக்கும் பட்சத்தில் சாட்சி எதற்கு? பதிவு எதற்கு? சத்தமில்லாமல் இணையவும் செய்யலாம், பிரிய வேண்டுமென்று நினைத்தால் கௌரவமாகப் பிரிந்துவிடலாம்."

"நான் சொல்வதும் இதுதான். காதலோ, காமமோ மனப் பூர்வமாக இருவர் மட்டுமே தீர்மானிக்கிற அந்தரங்கமான விஷயம். நீங்கள் காதலித்தால் அதைச் செய்யுங்கள். நீங்கள் படுத்துக்கொள்ள வேண்டும் என்றால் படுத்துக்கொள்ளுங்கள். அதற்கெதுக்கு அடுத்த வீட்டுக்காரனையும், பக்கத்து வீட்டுக்காரனையும் அழைத்து சத்தம் போடுகிறீர்கள். மைக்கை அலற வைத்து டப்பா சங்கீத விஷத்தைத் தெருவில் இறைக்கிறீர்கள்? இங்கு யாருக்கும் வெட்கம் இல்லை. யாரோ முகம் தெரியாத இருவர் கல்யாணம் பண்ணிக்கொள்கிறார்கள் என்று கேள்விப்பட்டால்கூடப் போதும், நம் பெண்களுக்கு, அழுக்குப் பாவாடையைக்கூட மாற்றாமல் பட்டுப் புடவையைச் சுற்றிக்கொண்டு கிளம்பி விடுகிறார்கள் கல்யாணத்துக்கு. ஆண்கள் மட்டும் என்ன விதி விலக்கு? அவர்களும்தான். சமூகத்துக்கு வெட்கம் கெட்டுப் போச்சு. கல்யாணமாய் இருக்கட்டும், விவாகரத்தாகட்டும் எல்லாமே அவர்களுக்கு வேடிக்கை."

வித்யா முகத்தை மூடிக்கொண்டு சிரித்தாள். கடற்கரை மணலில் இருந்த ஒரு கிளிஞ்சலை எடுத்து அவன் மேல் எறிந்தாள்.

"சாரி..." என்றான் மூர்த்தி.

"பரவாயில்லை... பச்சையான உண்மையை, சட்டை போடாமல் பேசுகிறாய். என்ன பண்ண? கல்யாணத்துக்கு முந்தி நீ என் சினேகிதனாகக் கிட்டி இருந்தால், நான் இவ்வளவு கஷ்டப்பட்டிருக்க மாட்டேன்."

அவர்களின் தொடர்ந்த சந்திப்பு ஒன்றில், அந்த மாலையைப் பற்றி ஒருநாள் குறிப்பிட்டாள் வித்யா.

"எனக்கு விவாகரத்துக் கிடைத்ததில் வருத்தம் இல்லை மூர்த்தி. அது நான் எதிர்பார்த்ததுதானே? என் அப்பாவைப் பார்க்கும்போதுதான் ரொம்ப வருத்தமாய் இருந்தது. நிலைகுலைந்து போய்விட்டார். என்னை மிகவும் நேசிக்கிறவர் அவர். என் வாழ்க்கை குலைந்து போயிற்றே என்று விசனப்பட்டார். உன்னிடம் சொல்வதற்கு என்ன? மனம் ஒப்பாத ஒருவனிடம் இருந்து விலகுவதில் எனக்கு சந்தோஷமாகவே இருந்தது. மனசுக்குள் ரகசியமாக அதைக் கொண்டாடிக்கொண்டும் இருந்தேன். வாழ்க்கை எனக்குத் தீர்ந்துபோய்விட்டது என்று அப்பா நினைத்தார். என் வாழ்க்கை இனிமேல்தான் தொடங்கப் போகிறது என்று நான் நினைத்தேன் மூர்த்தி. இப்போதான் சந்தோஷமாக இருக்கிறேன். எனக்கு இப்போதான் இறக்கை

முளைத்த மாதிரி இருக்கிறது. இப்போதான் எனக்குப் பறக்க வேண்டும்போல் இருக்கிறது. வானம் முழுக்க, வானத்தை அடைத்துக்கொண்டு, இடத்தை மிச்சம் வைக்காமல் பறக்க வேண்டும்போல் இருக்கிறது.

"அந்த மாலை எனக்குக் கசப்பைத் தந்தது நிஜம். அது தீர்ப்பால் வந்தது அல்ல. அந்தக் கட்டடத்துக்குள் இருந்த மனிதர்கள் என்னைப் பார்த்த பார்வைதான், மூர்த்தி. அவர்கள் படித்தவர்கள், சமூகத்தில் மிகவும் மேல் மட்டத்தில் இருப்பவர்கள். ஏன்? நமக்கு நீதி சொல்கிறார்கள் அவர்கள். அவர்களேகூட என்னை ஏதோ ஒரு விபசாரியைப் பார்ப்பதுபோலத்தான் பார்த்தார்கள். ஆண்கள் ஒரு குற்றமும் செய்யத் தெரியாதவர்கள் மாதிரியும், பெண்களே சகல குற்றங்களுக்கும் காரணிகள் மாதிரியும் பார்த்த பார்வை இருக்கிறதே..."

வித்யா, மூர்த்திக்கு முன் முதல்முறையாக அழுதாள். மடிந்த முட்டியின் மேல் முகத்தைப் புதைத்துக்கொண்டு வித்யா கசிந்து கசிந்து அழுதாள்.

கடல் ஓயாமல் கத்திக்கொண்டே இருந்தது.

வித்யா அழுது ஓயட்டும் என்று காத்திருந்தான் மூர்த்தி. பிறகு சொன்னான்:

"உன் அம்மா உயிரோடிருந்தால், இந்த நேரத்தில் உனக்கு ரொம்ப உறுதுணையாய் இருந்திருக்கும் இல்லையா வித்யா?"

வித்யா கலீரென்று சிரித்தாள். உறையிலிருந்து வெளிப்பட்ட கத்தி மாதிரி அவள் முகம் பளபளத்தது. சிரித்துக்கொண்டே சொன்னாள்.

"நீ எழுத்தாளன். மனித மனோபாவங்களை எழுதுபவன். உனக்கே சில விஷயங்கள் புரியவில்லை. இந்த நேரத்தில் என் அம்மா இருந்தால், எனக்கும் அவளுக்கும் நல்ல உறவு நிலவும் என்றா நினைக்கிறாய்? அப்படி இராது. விவாகரத்து ஆன பெண்ணைப் பார்க்கப் பார்க்க அவள் வயிறு எரியும். யார் யார் மீதோ கோபம் மண்டிக்கொண்டு வரும். எரிச்சல் மீறிக்கொண்டு கிளம்பும். அந்தக் கோபத்தை, எரிச்சலை யார்மீது அவள் காட்ட முடியும். என் மேல்தான் காட்ட முடியும். என்னை அவளும், அவளை நானும் பிறாண்டிக்கொண்டு, இரத்தம் கசிய நிற்போம். பெண்களுக்கு முதல் எதிரி யார் என்று நினைக்கிறாய்? பெண்கள்தான். ஆண்கள் அப்புறம்தான்."

வித்யா மீண்டும் சிரித்தாள்.

சிரிப்பு, மனுஷ குலத்துக்கு வாய்த்த எத்தனை பெரிய சொத்து. அது மகிழ்ச்சியை வெளிப்படுத்துகிறது. மகிழ்ச்சியை எதிராளியிடம் மலர்த்துகிறது. நேசத்துக்கு அஸ்திவாரமிடுகிறது. சினேகத்துக்கு அது மழை. காதலுக்கு அது வேர். மனசுக்கு அது கண்ணாடி. வார்த்தைகளுக்கு அது மாற்று. வாழ்க்கை ஏற்படுத்தும் காயங்களுக்கு அது மருந்து. ஒரு முத்தத்துக்கு அது நிகரானது.

வித்யா ஒரு பெரிய தனியார் நிறுவனத்தில், அந்த நிறுவனத்தின் இயக்குநருக்கு நேர்முக உதவியாளர். ஓர் உள்ளங்கை அளவு குறிப்பு நோட்டை வைத்துக்கொண்டு இயக்குநர் சொல்வதைக் குறிப்பெடுத்துக்கொண்டு அதன் வழி காரியங்களை இயக்குபவள். முதன்முறையாகப் பார்ப்பவர்கூட, இரண்டாம் முறை அவளைப் பார்க்க விரும்புவர். அளவெடுத்துத் தைத்த சட்டை மாதிரி, மிகையும், குறைவும் இன்றி, அவள் எல்லோரிடமும் பேசினாள். நட்புகொண்டாள், சிரித்தாள்.

வித்யாவிடம் பெரிய எதிர்ப்பார்ப்புகள் இல்லை. தனக்கு வர இருக்கும் கணவனைப் பற்றி வண்ணமயமான கனவுகள் இல்லை. சகல கலையும் வல்ல சினிமா கதாநாயகர்கள் மாதிரி, தன் கணவன் அமைய வேண்டும் என்று அவள் ஆசைப்படவில்லை. ரகசியத்தில் ஏங்கவில்லை. சுமாரான பாதுகாப்பான வேலையில் இருப்பவனாக, தன்னைப் புரிந்துகொண்டு இனிய தோழியாக ஏற்றுக்கொள்ளும் ஒருவனை அவள் எதிர்பார்த்தாள். நிறைய ஆண்களை எதிர்படும் பணியில்தான் அவள் இருந்தாள். எனினும் யாரையும் காதலிக்க அவளுக்கு ஏனோ தோன்றவில்லை. காதல், தெருவோரப் பெட்டிக் கடைகளில் ரூபாய்க்கு இரண்டு மூன்று விற்கப்படும் வாழைப்பழம் போன்று எளிதானது அல்ல என்பதை அவள் அறிந்திருந்தாள். அந்த நிறுவனத்தில் பணிபுரியும், துணை மேனேஜராக இருக்கும் சிவந்த, அழகிய பல்வரிசை கொண்ட, நாலாயிரத்துக்கும் மேல் சம்பளம் வாங்கும், ஸ்கூட்டர் வைத்திருக்கும், 'ரஜினி மாதிரி இருக்காம்பா' என்று லஞ்ச் நேரத்தில் சக பெண்களால் ஒருவகை ஏக்கத்துடன் குறிப்பிடப்படும் தன்மைகொண்டவனாக இருந்த ஒருவன், இன்ட்டிமேட் வாசனை கமழ, 'நான் உன்னைக் காதலிக்கிறேன்' என்று சொன்னபோது, அதற்கு எதிரான காரியத்தை வித்யா செய்தாள். 'வருந்துகிறேன் நான் உங்களைக் காதலிக்கவில்லையே...' என்று புன்னகையோடு

அவளால் சொல்ல முடிந்தது. அவளுடைய நிறுவனத்தின் சகோதர நிறுவனமான ஒன்றில் பணிபுரிந்த ரவி, அவளுக்குச் சினேகமாக இருந்தான். ரவி ஒருத்தன்தான் வித்யாவின் சினேகிதன் என்று இருந்தான். அன்று மாலை ரவியிடம் இதைப் பற்றி வித்யா குறிப்பிட்டபோது ரவிகூட சொன்னான்.

"நீ தப்பு செய்துவிட்டாயோ என்று தோன்றுகிறது."

"எப்படி?"

"நல்ல உத்தியோகம், வசதியான பையன், அழகானவனும்கூட. உன்னை விரும்புகிறவன், அப்புறம் என்ன மறுப்பு?"

"ரவி, மடையன் மாதிரி பேசாதே. நீ சொல்றதெல்லாம் ஒரு கல்யாணத்துக்கு போதுமா? நான் அவனை விரும்ப வேண்டாமா?"

"எத்தனை காலம்தான் இப்படியே இருக்கப்போறே. அப்புறம் ஆம்பிளைகள் எல்லாம் குடும்பஸ்தர் ஆகிவிடுவார்கள். நீ தனியாகி விடுவாய்."

"அதனால் என்ன! பெண்ணாய்ப் பிறந்தவள் எல்லாம் கல்யாணம் பண்ணிக்கொண்டே ஆகணுமா என்ன? இப்படியே இருந்துட்டுப் போறேன்?"

"உன் அப்பா விடுவாரா?"

"சங்கடமே அதுதான். பெண்களுக்குக்கூடவே இருக்கும் எதிரிகள் பெரும்பாலும் பெற்றோர்கள்தானே. அன்புகூட துன்பம் செய்யுமா? செய்யும். இந்த அப்பாக்களும் அம்மாக்களும் தங்கள் பெண்களுக்குத் துன்பத்தைச் செய்வது அன்பு காரணமாகத்தான். அன்பு கரடு தட்டி கெட்டிப்பட்டுப் போகும்போது, பெண்ணுக்குச் சொந்த மூளை, சொந்த மனம், சொந்த விருப்பு வெறுப்பு எல்லாம் இருக்கும் என்று தோன்றாது. இருபது வயசுப் பெண்ணைக்கூடப் பச்சைக் குழந்தை என்றே எண்ணத் தோன்றும்."

மூர்த்திக்கு ஆச்சரியமாக இருந்தது. சிந்தனையில் தெளிவும், செயலில் பிசிறு தட்டாத ஒழுங்கும் உள்ள வித்யா, எப்படி அனந்து மாதிரி ஒருத்தனை திருமணம் செய்துகொள்ளச் சம்மதித்தாள்.?

"இதைத்தான் விதி என்று சொல்ல வேண்டும்." என்றாள் வித்யா.

கடற்கரை ரெஸ்டாரன்டில் வித்யாவும் ரவியும் மூர்த்தியும் அமர்ந்து காபி அருந்திக்கொண்டிருந்தார்கள். மூர்த்திக்கு ஃபோன் செய்து வித்யா தன் அலுவலகத்துக்கு அவனை அழைத்திருந்தாள். ரவிக்கும் மூர்த்திக்கும் அன்று அறிமுகம் ஏற்பட்டது. ஏற்படுத்தவே மூர்த்தியை அழைத்திருந்தாள் வித்யா. ஏற்பட்டவுடன் மூவரும் ஓர் ஆட்டோ பிடித்துக் கடற்கரை வந்திருந்தார்கள்.

ஆட்டோவைவிட்டு இறங்கியதும், ஆட்டோவுக்கு யார் பணம் கொடுப்பது என்று குறித்து அவர்களுக்குள் ஒரு யுத்தமே நிகழ்ந்தது. "நான் தருகிறேன்" என்று பர்ஸை எடுத்தான் ரவி. "முதல்முதலில் நாம் சேர்ந்து வந்திருக்கிறோம். நானே தருகிறேன்" என்றான் மூர்த்தி.

"இதுக்குப் போய் ஏன் அடித்துக் கொள்கிறீர்கள்?" என்றவாறு தான் பணம் கொடுக்கப் போனாள் வித்யா.

"நீ தரக்கூடாது. எங்களில் ஒருவர் தருகிறோம்" என்றான் மூர்த்தி.

"ஏனென்றால் நான் பெண். ஆட்டோவுக்கு நான் பணம் கொடுத்தால், உங்கள் பௌருஷம் கௌரவம் இழந்துவிடும் இல்லையா?"

"சேச்சே" என்றார்கள் இருவரும்.

ஆகவே, வித்யாதான் பணம் கொடுத்தாள். வெற்றி கண்ட மிதப்போடு அவர்கள் பின் தொடர ரெஸ்டாரன்டை அணுகினாள் வித்யா. அங்கு வைத்து முறை செய்துகொண்டார்கள் மூவரும். காபிக்கு ரவி பணம் கொடுப்பது, சுண்டல் மிளகு வடைக்கு மூர்த்தி.

"முதல்முறை சந்திக்கிறோம், இனிப்போடு தொடங்குவோமே..." என்றான் ரவி.

"எனக்கும்" என்றான் ரவி.

"எனக்கு இந்த 'வழவழ கொழகொழ' சமாச்சாரங்கள் பிடிப்பதில்லை. ஆகவே மைசூர்பாக்" என்றாள் வித்யா, இருவரையும் பார்த்துக் கண் சிமிட்டியபடி.

"இன்றைக்கு எங்களைச் சீண்ட வேண்டும் என்று முடிவு செய்துகொண்டு வந்துவிட்டாய். நடக்கட்டும்." என்றான் ரவி.

வித்யா மிக உற்சாகமாய் இருந்தாள். மணலில் வைத்துத்தான் மூர்த்தி அக்கேள்வியைக் கேட்டான்.

"விதியை நீயும் நம்புகிறாயா?"

"இல்லை. நம் முயற்சிகள் தோல்வியுறும்போது, அத்தோல்விகளை ஏற்றுக்கொண்டு சமாதானம் அடைய ஒரு பிடிமானம் தேவைப்படுகிறதே மூர்த்தி. சத்திரம் மாதிரி கொஞ்சம் ஓய்வுகொள்ள..."

"எனக்கு அவரை ஆரம்பம் முதலே பிடிக்கவில்லை. ஆனால், இவள் சம்மதித்தப் பின், என் அபிப்பிராயம் அர்த்தமற்றுப் போய் விடும். இல்லையா?" என்றான் ரவி குறுக்கிட்டு.

"உனக்கு அனந்துவைப் பிடித்ததா வித்யா?"

"எனக்குத் தெரியவில்லை மூர்த்தி. அப்பாவும் தரகர் மாமாவும் கூடிக் கூடிப் பேசிக்கொண்டார்கள். அப்பா ஒருநாள் என்னை அழைத்து, நல்ல வரன் வந்திருக்கிறதம்மா, அரசாங்கத்தில் வேலை பார்க்கிற பையன். தாய் தந்தை இல்லாதவன். நம் வீட்டோடு வந்துவிடுவான். உனக்கும் வேலைக்குப் பிரச்சினை இருக்காது. அதிகமாகவும் பையன் எதிர்பார்க்கவில்லை. நல்ல பையன் மாதிரிதான் தோன்றுகிறது என்றார். எனக்கு மறுத்துப் பதில் பேச ஒன்றும் இருக்கவில்லையே மூர்த்தி. வேலையில் இருப்பவன், வீட்டோடு வரப் போகிறவன், மாமியார் பிடுங்கல் இல்லை. முக்கியமாகக் கை நிறையச் சம்பளம். என்ன சொல்லி மறுப்பது? கல்யாணம் பண்ணிக் கொள்ளக்கூடாது என்கிற மாதிரி விரதம் எதுவும் எனக்கு இல்லை. யாரையாவது காதலித்துத் தொலைத்திருந்தாலாவது, எனக்கு இந்தப் பையன் வேண்டாம் என்று சொல்லலாம். சொன்னால் அதில் அர்த்தம் இருக்கும். இத்தனை ஆம்பிளைகள் உள்ள எங்கள் ஆபீசில் ஏனோ இவன்தான் என் ஆண் என்று நான் நினைக்கிற மாதிரி ஒருத்தனும் எனக்குக் கிடைக்கவில்லை. தவிரவும் எவனைக் காதலிப்பது என்று ஆராய்ச்சி செய்துகொண்டா காதலிக்க முடியும்? அது திடீரென்று வந்து பெய்துவிட்டுப் போகிற மழை மாதிரியல்லவா வரும். பதினேழு 'சி' பஸ்ஸுக்கு நிற்பதுபோலவா காதலுக்கு ஒருத்தி நிற்க முடியும்? எனக்கும் கல்யாணம் பண்ணிக்கொள்ள ஆசையாய் இருந்தது மூர்த்தி. உன்னிடம் சொல்ல என்ன வெட்கம்? எனக்கும் உணர்ச்சிகள் இருக்கிறதுதானே. எனக்கும் ஒரு வடிகால் தேவைதானே! என்னை உடம்பாலும் பகிர்ந்துகொள்ள ஒரு துணை தேவைப்பட்டது. அதுவும் ஒரு பாஷையில்லையா? வயசு இருபத்து நாலு, அப்பா கேட்டதும் சரி என்று விட்டேன். ஒரு ஞாயிற்றுக் கிழமை

சாயங்காலம், அனந்து எங்கள் வீட்டுக்கு வந்தார். வெறும் காபி மட்டும் கொடுப்பது என்றுதான் இருந்தேன். இந்த இடியட் ரவிதான், அது நன்றாக இருக்காது என்று சொல்லி எங்கேயோ போய் சோன்பப்படியும் முந்திரிப் பயறு வறுவலும் வாங்கி வந்தான்."

"மிக்சரை மறந்துவிட்டாய், பார்..."

"வாயை மூடு. வந்தார். ஓர் ஆணை, ஒரு மனிதரைப் பார்த்த மாத்திரத்தில் என்ன முடிவுக்கு வர முடியும்? அவரோடு கொஞ்சம் காலம் வாழ்ந்து அப்புறம் முடிவு செய்கிற மாதிரியா நம் சமூக அமைப்பு இருக்கு? சரி என்று சொல்வதைத் தவிர எனக்கு வேறு ஒரு வழியோ, வாய்ப்போ இருக்கிறதாகப் படவில்லை. எந்த எதிர்பார்ப்பும் இன்றித்தான் ஒப்புக்கொண்டேன். என்னமோ, எனக்குத் திருமண வாழ்வில் பெரிய ஆசைகள் எல்லாம் எப்போதுமே இல்லை மூர்த்தி. உண்மையில் நான் ரொம்ப, பல விஷயங்களிலே, பழைய காலத்து மனுஷியாட்டம்தான் இருக்கேன். ரவிகூட என்னை விச்சுப் பாட்டின்னு கலாட்டா பண்ணுவான். நாலணா பூக்கூட அவன்– என் கணவன் வாங்கித் தரணும்னு எதிர்பார்க்கவில்லை. அன்பா ஒரு வார்த்தை, குளிர்ச்சியா ஒரு பார்வை, இதமான ஒரு பரிவு, அதுபோதும் மூர்த்தி எனக்கு. அவனுக்கு நான் நல்ல மனைவியா இருப்பேன். அவன் குழந்தைகளுக்கு நல்ல தாயா இருப்பேன். என் தோலை செருப்பா தச்சுகூட அவனுக்கு நான் தருவேன். நான் என்ன எதிர்பார்க்கிறேன் மூர்த்தி? சாயங்காலம் ஆனா, புருஷன் இடுப்பைச் சுத்திக்கிட்டு ஒரு ஸ்கூட்டர் பயணமா? இல்லை. வாரம் தவறாமல் சினிமாவா? இல்லை. மாசாமாசம் புடவையா? இல்லவே இல்லை. வருஷம் தவறாமே நகைகளா? எனக்கு நகைகள் பிடிக்காது. எனக்குத் தேவையானது ஒன்றே ஒன்றுதானே, அன்பு ஒன்றுதானே என் தேவை. என்னை மனுஷியா நினைச்சு அன்பு செலுத்து. என்னை நம்பு. நான் உனக்காக வாழ்கிறவள் என்பதை ஏன் புரிந்துகொள்ள மறுக்கிறே? இதுதானே என் பிரார்த்தனையாக இருந்தது. எனக்கு அதுகூட கிடைக்காதா மூர்த்தி... கிடைக்காதா... கிடைக்காதா...?"

வித்யா உடைந்துபோனாள்.

மே மாதம் புழுங்கி வழிந்தது. அறைக் காற்று அடுப்புக் காற்று மாதிரி இருக்கவே, மொட்டைமாடிக்கு வந்து படுக்கையை விரித்தான் மூர்த்தி.

இடுப்பில் ஒரு துண்டை மட்டும் சுற்றிக்கொண்டு தூரத்தில் படுத்திருந்த ராவ் எழுந்து உட்கார்ந்துகொண்டார். ராவை எதிர்பார்க்கவில்லை மூர்த்தி. யார் யாருடன் சிக்கிக்கொண்டார்கள் என்று சொல்வது? ராவின் கணீரென்ற ஆங்கிலக் குரல் மூர்த்தியை வந்து அறைந்தது.

"என்ன சாப்பாடெல்லாம் ஆயிற்றா?"

"ஆச்சு."

"சைவமா, அசைவமா?"

"எத்தனை நாள், இந்தக் கீரைத்தண்டு சாம்பாரையும், கேரட் பொரியலையும் தின்று தொலைக்கிறது ராவ்ஜி? ஒரு மாற்றம் வேணும்னு பொன்னுசாமி ஓட்டலுக்குப் போனேன்..."

"அசைவம்லாம் வெள்ளைக்காரன் பண்ணி சாப்பிடணும். அது ருசியே அலாதி. எங்க கலெக்டர் துரை சம்சாரம் கோழி பண்ணும். எலும்பை உலுக்கினா கறி உதிரும். அது அல்லவா ரோஸ்ட்? இவன்லாம்? அதான், இந்தியக்கார பயலுவ, என்னத்தைச் சமைச்சு, என்னத்தைச் சாய்ப்பானுங்க? அதெல்லாம் நாற்பத்தேழோட போச்சு..."

ராவ்ஜியின் உலகம் நாற்பத்தேழோடு அஸ்தமனம் ஆகிவிட்டிருந்தது. சுதந்திரம் மட்டும் குறுக்கிடவில்லையென்றால், ராவ்ஜி சப்கலெக்டராக ரிடையர்ட் ஆகியிருப்பார். விதிதான். ஓர் இந்திய ஐ.சி.எஸ் இளைஞன் அவருக்கு அதிகாரியாக வாய்க்க, அவனைச் சிறு பயல் என்று இவர் நினைக்க, இந்தக் கிழக்கோட்டான் எனக்குத் தேவையில்லை என்று பல்வேறு இடங்களுக்கு ராவை அவன் மாற்றியடிக்க, அந்தத் துவந்த யுத்தத்தின் முடிவாக தாசில்தாராகவே ரிடையர்ட் ஆனார் ராவ். உத்யோகம் போகுமுன்பே மனைவியை இழந்திருந்தார். ஒரே பெண் வடக்கில் வாழ்க்கைப்பட்டிருந்தது. ஆண்டுக்கு இரண்டு மாதம், குளிர் அதிகம் இல்லாத காலமாகப் பார்த்து டில்லிக்குப் போய் மகளுடன் தங்கியிருந்துவிட்டுத் திரும்புவார்.

"எங்கே உங்கள் பிரண்ட்?"

"யார்?"

"அனந்துதான்..."

ராவ் உணர்ச்சிவசப்பட்டுவிட்டால், தமிழுக்குத் தாவி தமிழில் உரையாடுவார்.

“அந்தக் கம்மனாட்டிப் பயலைப் பற்றி என்னத்துக்கு பேச்சு? கழுதை எங்கே போகுதோ, வருதோ, யாருக்குத் தெரியும்.?”

“என்ன திடீரென்று உங்களுக்குள் ஊடல்?”

“வெண்டைக்காய். அந்தப் பேமானி, கல்யாண செலவுக்குன்னு ஐயாயிரம் வாங்கினான். கல்யாணம் பண்ணி கட்டின தாலியையும் வாங்கிட்டான். இன்னும் அந்தப் பணத்தைத் திருப்பித் தரலை. பேங்க்கிலே இருந்தாலாவது நாலு காசு வட்டியாவது கிடைச்சிருக்கும்.”

“நிறைய சம்பாதிக்கிறார். ஏன் கடன் வாங்கினார்?”

“சம்பாதிக்கிறான், பணத்தை எல்லாம் குதிரை வாலில் கட்டிவிடறான். வேறே என்ன? நல்ல சட்டை நாலு வச்சிருக்கானா சார்? பெரிய ஆபீசர், பத்துத் தேதி ஆனா, கை மாத்துக்கு வந்துடறான். இவனெல்லாம் என்ன மனுஷன்? இவனையும் ஒருத்தி கட்டிக்கிட்டு வாழ்ந்தாளே, அவளைச் சொல்லணும்”

அனந்துக்குக் குதிரைப் பந்தயம் பழக்கம் இருப்பது மூர்த்திக்குப் புதிய செய்தி. இது அனந்துவின் புதிய முகம். காலையில் மூர்த்தி எழுவதற்குள், குளித்து வெளிக்கிளம்பிவிடும் பழக்கம் உடையவன் அனந்து. பத்து மணி அலுவலகத்துக்குக் காலை ஆறு மணிக்கு எதற்காகக் கிளம்புவது?

பைத்தியக்காரன் இல்லை. பைத்தியக்காரன், அவனை மாதிரி தெருத் தெருவாத் திரியறான்? மூர்த்தி நேரா ஆனந்தா லாட்ஜுக்குப் போய் டிபன் சாப்பிடுவான். மணி ஆறரைக்குள் டிபன், ஆறரை தொடங்கி பத்து வரைக்கும் வீதி உலா.

அனந்து அதிசயமான பழக்கங்களைக் கொண்டிருந்தான். பைப்பில் வரும் தண்ணீரைக் குடிப்பதில்லை. அதில் அழுக்கு இருக்கிறது. ஆகவே எப்பவும் இரண்டு சோடா பாட்டில் வாங்கி அறையில் வைத்திருப்பான். தண்ணீரில் அழுக்கைப் பார்க்கிற ஆரோக்கியமான பழக்கம் உடையவன். தன் அறையைக் கூட்டிப் பெருக்குவது இல்லை. அறையில் எங்கு கை வைத்தாலும் புழுதி ஒட்டும். கட்டிலுக்குப் போகும் வழியும், மேஜையைச் சுற்றிய கொஞ்சம் இடமும் தவிர, அறை முழுக்கப் புழுதி கனமாகப் படிந்து, பார்க்கவே அச்சத்தைத் தரும். அனந்து அந்த அறையில்தான் கவலையின்றி காலம் கழித்தான். ஒருநாளும் அனந்து படித்து மூர்த்தி பார்த்ததில்லை. ஒரு வாரப் பத்திரிகையைக்கூட அங்கு அவன் பார்த்ததில்லை. வேலைக்குப் போகும்போதோ வரும்

போதோ தபால்களைப் போட்டு வைக்கும் சதுரப் பெட்டியண்டை நின்று தனக்கு ஏதேனும் தபால் வந்திருக்கிறதா என்று அவன் கவனித்ததில்லை. அலுவலக நண்பர்கள்கூட அவனைத் தேடி வந்ததில்லை.

"அனந்து ஏன் இப்படி இருக்கிறான்.?"

ராவ் சொன்னார்.

"அவனுக்குள் இருந்து ஏதோ ஒரு குரல் அவனை இப்படிச் செயல்பட வைக்கிறது. அவன் அப்படி இருப்பதுதான் சரி என்று அவனுக்குத் தோன்றும் போலும். நாமெல்லாம் ஏதோ கிறுக்குப் பிடித்தவர்கள் என்று அவன் நினைக்கிறான். ஏதோ தீவு மாதிரி கிடக்கிறான். பொதுவாக மூர்த்தி, தீவுகள் ரொம்ப நாளைக்குத் தீவாகவே இருந்துவிடுவதில்லை. கடல் தீவுகளை மூழ்கடித்து விடும். அனந்து, அமிழ்ந்து இருந்த இடம் தெரியாமல் போய் விடுவான்."

அப்பாவுக்கு ஹார்லிக்ஸ் கலந்துகொண்டிருந்தாள் வித்யா. சமையல் அறைக்குள் வாழும் சுண்டெலி போன்றவை இந்தச் சின்னஞ்சிறு ஸ்பூன்கள், பார்த்துக்கொண்டிருக்கும்போதே, காணாமல் போய்விடுபவை இவை. தேவைப்படும் நேரத்தில் கிடைக்காமல் போகிற பொருள்களில் ஒன்று ஸ்பூன்கள்; அதற்காகவே கம்பி வலை பொருத்தப்பட்ட குட்டி அலமாரியில் ஸ்பூன்களைப் போட்டு வைத்திருப்பாள் அவள். அலமாரியைத் திறந்து, மேல் தட்டில் ஸ்பூன்களுக்குத் துழாவுகையில்தான் அந்தப் பெரிய எவர்சில்வர் ஸ்பூன் அவள் கண்களுக்குத் தட்டுப்பட்டது. அது அவளுடையது இல்லை. பக்கத்து வீட்டு சுந்தா மாமியுடையது. சட்டென்று அவளுக்கு நினைவு வந்தது. மாமி கடன் வாங்கிச் சென்றிருந்த காபி பொடியை இந்த ஸ்பூனில் வைத்துத்தான் திருப்பிக் கொடுத்தாள்; திருப்பிக் கொடுத்த உடன் போய்விடவில்லை அவள். உட்கார்ந்து கொஞ்சம் நாழிகை வித்யாவிடம் பேசிக்கொண்டிருந்துவிட்டு, "வித்யா கை காபி சாப்பிடக் கொடுத்து வைத்திருக்க வேண்டுமே" என்று வித்யாவை மஸ்கா பண்ணி ஒரு டம்ளர் காபி சாப்பிட்டுவிட்டுத்தான் போனாள்.

மாமி தவற விட்டுப்போன ஸ்பூனை, திருப்பிக் கொடுக்க பக்கத்து வீட்டுக்குப் போனாள். கிறீச்சென்று கத்தியது தெரு காம்பவுண்டுக் கதவு. துளசிச் செடி காற்றில் தலையசைத்துக்கொண்டிருந்தது. வாசல் கதவண்டை நின்றுகொண்டு, "மாமி... மாமி" என்றாள்

பிரபஞ்சன் | 107

வித்யா. ஆறாவது முறை அவள் மாமி என்று கூப்பிடுகிறபோது தோட்டத்து நிலைப்படியாண்டை மாமியின் தலை தெரிந்தது. "வா, வா... வித்யா... என்ன அங்கேயே நின்னுண்டு... உள்ளேதான் வரது..." என்று எப்போதும் அட்டகாசமாக வரவேற்கிற மாமி, "யாரது" என்று மட்டும் சொல்லி, நிறுத்திக்கொண்டாள். வித்யா தான் என்பதை விளங்கிக்கொண்டவளாக, சற்று அருகே வந்தாள்.

வித்யா மாமியைப் பார்த்துச் சிரித்துக்கொண்டே "குட்மார்னிங் மாமி" என்றாள். வித்யா எப்போது இந்தக் காலை வணக்கத்தைச் சொன்னாலும், உடனே மாமி, "வெரி குட் மார்னிங்" என்பாள் வெகு உற்சாகமாக. அன்று சற்றும் ஊக்கம் இல்லாதவளாக "உம்" என்று மட்டும் சொன்னது, வித்யாவுக்கு என்னமோ மாதிரி இருந்தது. கொஞ்சம் கூச்சமாகக்கூட இருந்தது. வரவேற்பு இல்லாத இடத்துக்கு வந்துவிட்டால், மனிதர்க்கு ஏற்படும் கூச்சம் அது.

"என்ன மாமி உடம்பு கிடம்பு சரியில்லையா?"

"உடம்புக்கென்ன கேடு. அது நன்னாத்தான் இருக்கு" என்றாள் அசிரத்தையாக. பிறகு தொடர்ந்து, "என்ன வேலையா, இவ்ளோ காலமே?" என்றாள். "உள்ளே வாடி பொண்ணே" என்று எப்போதும் வாய் நிறைய அவள் அழைப்பவள். மாமியின் முகமே வேறுபட்டிருந்தது.

"ஒன்றுமில்லை, ஸ்பூன் உங்களோடது, மறதியா எங்க வீட்டிலேயே வச்சுட்டு வந்துட்டீங்க. இப்பதான் பார்த்தேன். தூக்கிட்டு ஓடி வர்றேன்..." என்று ஸ்பூனை மாமியிடம் நீட்டினாள்.

ஸ்பூனை பெற்றுக்கொண்ட மாமி சரி என்றபடி நின்றாள்.

"ஏன் என்னமோ மாதிரி இருக்கீங்க?" என்றாள் வித்யா.

"அதான் சொன்னேனே, ஒன்றுமில்லைன்னு..."

"இல்லை, எதையோ மறைக்கறீங்க. என்னன்னு எங்கிட்ட சொல்லக்கூடாதா மாமி. எப்பவும் உற்சாகமா இருப்பீங்க... இன்னைக்கு உம்முன்னு இருக்கீங்களே..."

"துக்கம், சந்தோஷம் எதுவானாலும் அதை வெளிக்காட்டிக்க குடும்பப் பெண்களாலே முடியுமோ, முடியாதுன்னா?" என்றாள் மாமி, உத்தரத்தைப் பார்த்தவாறு.

என்னவோ மாதிரி இருந்தது, மாமியின் பேச்சு. அதென்ன குடும்பப் பெண்கள்? மாமி குடும்பப் பெண் என்றால், வித்யா குடும்பம் இல்லாத பெண்ணா? குடும்பம் இல்லாமல் ஒரு பெண் என்றால், என்ன அர்த்தம்? அவளுக்கு அப்பா இல்லையா? ரவி, மூர்த்தி என்று அருமையான சிநேகிதர்கள் இல்லையா? அவள் குடும்பப் பெண் இல்லையென்றால்? வேறு யார்?

மாமி ஸ்பூனை எடுத்துக்கொண்டு நகர்ந்தாள். அவள் நகர்வதற்குள் அவள் மகன் சாம்பு, அறையிலிருந்து வெளிப்படவும் சரியாக இருந்தது.

"ஹலோ வித்யா?" என்றான் சாம்பு. தனியார் கம்பெனி ஒன்றில் எக்ஸிகியூட்டிவ் இன்ஜினியராக இருக்கிறவன் சாம்பு. மாமி சலித்துச் சலித்துப் பெண் தேடிக்கொண்டிருந்தாள் சாம்புவுக்கு.

"ஹலோ" என்றாள் வித்யா, ஒரு மெலிந்த புன்னகையை முகத்தில் பூசிக்கொண்டு.

"எங்கே ஆளையே காணோம். முன்னெல்லாம் அடிக்கடி வந்துண்டிருப்பே, அம்மாவுக்கும் உனக்கும் என்ன 'டூ' வா? ஏன் வர்றதில்லை.?"

"கொஞ்சம் பிஸி, வராம என்ன? ஏன், நீ அவ்வளவு அக்கறை இருந்தா வீட்டுக்கு வந்திருக்கலாமே! ரயிலேறி வரணுமா? பக்கத்து வீடு" என்றாள், கொஞ்சம் சிரித்துக்கொண்டு வித்யா.

மாமி நடையில் நின்றபடி இவர்கள் உரையாடலைக் கேட்டுக்கொண்டிருந்தாள். சாம்பு, கொஞ்சம் மென்மையான குரலில் சொன்னான்.

"இப்போ சந்தோஷமா இருக்கியா வித்யா? ரொம்ப கஷ்டப்பட்டுட்டே, இனிமேலாவது நிம்மதியா இரு..." என்றான் சாம்பு.

வித்யா தலையசைத்தபடி, புன்சிரிப்போடு அவன் சொல்வதைக் கேட்டுக்கொண்டிருந்தாள்.

"அனந்துக்கு ஏதோ முடைன்னு, ஆபீசில் லோன் போட்டு பத்தாயிரம் வாங்கிக் கொடுத்தியே, அந்தப் பணத்தையாவது திருப்பிக் கொடுப்பானா அவன்?"

பிரபஞ்சன் | 109

"எதை எதையோ எடுத்துக்கொண்டவர், எல்லாத்தையும் பாழாக்கியவர், இந்தப் பணத்தை மட்டும் திருப்பிக் கொடுத்துடுவாரா என்ன? நான் அந்தப் பணத்தை என் சம்பளத்திலிருந்து அடைத்துக்கொண்டிருக்கிறேன்."

சாம்பு ஆங்கிலத்தில், தன் அம்மாவுக்குப் புரியக்கூடாது என்கிற நோக்கத்தோடு சொன்னான்:

"ஒரு நண்பன் என்கிற முறையில் சொல்லுகிறேன், வித்யா உனக்கு உதவ விருப்பம். கூச்சமில்லாமல், நீ விரும்பினால் என்னிடம் எப்போது வேண்டுமானாலும் உதவி கேள். சந்தோஷமா செய்வேன்."

"தேவைப்படாது. உன் அன்புக்கு நன்றி" என்றாள் வித்யா.

மாமி அங்கிருந்தபடியே சொன்னாள்.

"ஆபீசுக்கு டைம் ஆகலியா? அங்க என்னடா காலங்காத்தாலே வம்பு பண்ணிக்கிட்டு நிக்கற?"

வித்யா சரேலெனத் திரும்பி வீட்டுக்கு நடந்தாள். நடுத்தெருவில் தடுக்கி விழுந்தது மாதிரி இருந்தது. எல்லோரும் அவளைப் பார்ப்பது மாதிரி இருந்தது. அவள் ஒரு வேடிக்கைப் பொருள். அவள் ஒரு தெரு நாய், அவளை யார் வேண்டுமானாலும் கல்லெடுத்து எறியலாம். அடிபட்ட அவள் ஓட வேண்டும். எல்லோரும் அவள் ஓட்டத்தைப் பார்த்து ரசிப்பார்கள்.

வீட்டுக்கு வந்ததும்தான் நின்றாள். உடம்பு நடுங்கியது. மூச்சு தடுமாறியது. இதயம் வெகுவேகமாக அடித்துக்கொண்டது. உடம்பு வியர்வைப் பெருக்கெடுத்து கண் இருட்டிக்கொண்டு வருவது தெரிந்தது.

ஏன்... ஏன் இப்படி? ஏன் எல்லோரும் இப்படி இருக்கிறார்கள்? எல்லோருக்கும் கைகள் வளர்கின்றன. கைகளில் கூரிய நகங்கள் வளர்கின்றன. நகங்கள் என்பவை பிறரைக் கீறிக் கிழிக்கும் கருவிகள் போலும். அவள் இந்த மண்ணின் அழுக்கிலிருந்து சற்று மேலெழத்தான் விரும்புகிறாள். ஆனாலும் பிறரது நகக் கைகள் அவள் கால்களைப் பிடித்திழுத்து மீண்டும் மண்ணிலேயே தோய்ப்பது ஏன்? அதில் என்ன இவர்களுக்குக் குரூரத் திருப்தி. மனிதன் இரத்தப் பசி எடுத்து அலைவது எதற்காக? இந்த இரத்தத் தாகம் எப்போது அடங்கும்? குகைகளிலிருந்து வெளி வந்து, ஆகாயத்தைத் துழாவி இவர்கள் என்று பறக்கப் போகிறார்கள்?

அகலிகைக் கல் மாதிரி மணிக்கணக்கில் அமர்ந்திருந்தாள் வித்யா. அலுவலக நேரம் கடப்பதை உணர்ந்தாள். எழுந்தாள், குளித்து உடை மாற்றிக்கொண்டாள். வாணலியில் உப்புமா இருந்தது. தமிழ்த் தேசிய உணவு, கொஞ்சம் விழுங்கிக் கசந்த காபியைக் குடித்து, செருப்பை உதைத்துத் தூசியை அகற்றி அணிந்துகொண்டு, தெருவுக்கு வந்தாள். தெரு, வழக்கமான காலை நேரச் சுறுசுறுப்பு அடங்கி அமைதியாக இருந்தது. கும்பல் இல்லாத பஸ்ஸைப் பிடித்து, உட்கார இடம் கிடைத்த சந்தோஷத்தை அனுபவித்துக்கொண்டு பயணம் செய்தாள். கும்பல் இல்லாத பஸ்தான் எவ்வளவு இனிமை! மனிதர்களின் வியர்வை வாசனையைச் சுவாசிக்கும் நிர்ப்பந்தம் இல்லாத, கும்பல் இல்லாத பஸ். மனிதக் காமம் நெட்டித் தள்ளாத கும்பல் இல்லாத பஸ். உலகம் முழுக்க பரவியிருந்தாலும் நாகரிகம் சிறிதும் இன்றி நெருக்கி உடம்பின் மேல் உடம்பு பட நிற்கிற கோரம், அருவருப்பு இல்லாத, கும்பல் இல்லாத பஸ். அந்த பஸ்ஸை அவள் காதலித்தாள். அந்தக் கணத்தில் அதைக் காதலிக்க வேண்டும்போல் இருந்தது. காதல் என்பது பரவசத் தொற்றுதல், அவள் பரவசம் பஸ்ஸைத் தொற்றியது போலும். பளிச்சென்று கரும் பச்சை இருக்கைகளும், மஞ்சள் மைக்கா பலகைகளும், பாதி கண்மூடிக்கொண்டிருக்கும் பக்கவாட்டுச் சப்பை பல்புகளும், அலுமினிய தேக்கங்கன்றுகள் மாதிரி, நிற்கவைத்த கம்பிகளும், அவளோடு சிரித்து உரையாடுவது மாதிரி இருந்தது.

எந்திர பஸ் அவளுக்கு ஏற்படுத்திய சந்தோஷம், அலுவலகத்து மனிதர்களால் அணைந்து போயிற்று.

"என்னம்மா லேட்?" என்றார் வயசான தேவசகாயம்.

"வீட்டுல கொஞ்சம் வேலை சார்" என்றாள் வித்யா.

"வீட்டுல இப்போ என்ன வேலை? ஆம்படையானும் இல்லைன்னு ஆயிடுச்சு. அப்புறம் என்ன?"

"ஆம்படையான் மட்டும்தான் வேலையா சார்? மனுஷிக்கு வேறே பிரச்சினையே இல்லையா சார்?"

"என்ன பிரச்சினை?" என்றவர், அக்கம் பக்கம் திரும்பிப் பார்த்து யாரும் தங்களைக் கவனிக்கவில்லை என்று தெரிந்ததும், மிக மெதுவாகச் சொன்னார்.

“என்ன, காலைலே ரவி வீட்டுக்கே வந்துட்டானா?”

குபுக்கென்று சீற்றம் அவள் உடம்பில், மனதில் பற்றி எறியத் தொடங்கியது. யாரிடமிருந்துதான் இக்கேள்வி வரவில்லை? தாலி கட்டியவன்கூடக் கேட்டான். “சாயங்காலம் ஆனால் இழுத்துக்கொண்டு வந்துவிடுகிறாயே, யார் இந்த ரவி?” என்று ஒருநாள் அனந்து கேட்டான். “என் சினேகிதன்” என்றாள் வித்யா. “சினேகிதன் மட்டும்தானா” என்று அடுத்துக் கேட்டான். “ஆமாம்” என்றாள். அத்தோடு சேர்த்தும் சொன்னாள், “அனந்து, அவன் சிநேகிதன் மட்டும்தான் என்பதால்தான் அவனை வீட்டுக்கும் அழைத்துக்கொண்டு வந்தேன். நீங்கள் வருவதற்கு முந்தியே வந்தவன் அவன். எங்களுக்குள் வேறு மாதிரியான உறவு இருக்கும் பட்சத்தில் அதைச் சாமர்த்தியமாக நிறைவேற்றிக்கொள்ள எங்களுக்குத் தெரியாதா? நீங்கள் அறியாத எந்தப் பகுதியும் எனக்குள் இருக்கக்கூடாது என்பதால்தான் ரவியை வீட்டுக்கு அழைத்து வருகிறேன்” என்றாள். அனந்தின் கேள்வியைத்தான் இப்போது தேவசகாயமும் கேட்கிறார். அனந்து வயது முப்பது. தேவசகாயம் ஐம்பதில் இருந்தார். மடமைக்கும், வக்கிரத்துக்கும் வயது ஏது?

“என்ன சார் கேட்டீங்க? ரவி காலைலேயே வந்தானா என்றா? இல்லை. நேற்று ராத்திரியே அவன் வந்துட்டான். எங்க வீட்டில்தான் படுத்திருந்தான். ஏன், என்னோடதான் படுத்திருந்தான். இன்னைக்கும் வருவான். இன்னிக்கும் படுத்துக்குவோம். போதுமா சார்? இது விஷயமா வேறு ஏதாவது தகவல் வேணுமா சார். சொல்லுங்க சார்... சொல்லுங்க சார்... சொல்லுங்க மிஸ்டர் தேவசகாயம். சொல்லுங்க தேவசகாயம்... பதில் சொல்லுங்க தேவசகாயம்.”

வித்யாவின் குரல் உயர்ந்து உயர்ந்து அந்த நான்கு அலுவலகச் சுவரையும் எட்டியது. எல்லோரும் வேலையைப் போட்டுவிட்டு வித்யாவையும், தேவசகாயத்தையும் பார்த்தார்கள்.

“உஸ் சத்தம் போடாதே... ப்ளீஸ்...” என்று கெஞ்சினார் தேவசகாயம்.

நாலைந்து சக பணியாளர்கள் அவர்களிடம் வந்தார்கள். “என்ன வித்யா, என்ன விஷயம்?” என்றாள் டைபிஸ்ட் ரோகிணி.

எல்லோரும் சொன்னதால் அன்று ஒருநாள் லீவு எழுதிக் கொடுத்துவிட்டுக் கிளம்பினாள் வித்யா. அவளுக்கு நடக்க

வேண்டும்போல் இருந்தது. நடந்தாள். மிகவும் களைத்துப்போய் இருந்த அவள், பஜார் பக்கமாக வந்தாள். ஒரு ரெஸ்டாரண்டுக்குள் புகுந்து ஒரு காபி சாப்பிட்டாள். புன்னகையோடு அழகாக விசாரித்துக் காபி கொடுத்த வெயிட்டருக்கு இருண்டு ரூபாய் டிப்ஸ் கொடுத்தாள். திடுமென மனசு சந்தோஷமாக இருந்தது அவளுக்கு. தன்னைச் சுற்றிப் பார்த்துக்கொண்டாள். ஏராளமான பேர் அவளைச் சுற்றி இயங்கிக்கொண்டிருந்தார்கள். நான் தனியாக இல்லை என்று அவளுக்குத் தோன்றியது. எத்தனை வகையான, எத்தனை எத்தனை நிறத்தில், எப்படி எப்படியெல்லாமோ உடுத்திக்கொண்டு இருக்கிறார்கள். வெளிநாட்டில் இருந்து இந்தியாவைப் பார்க்க வந்த ஒரு சுற்றுலாப் பயணி மாதிரி எல்லோரையும், எல்லா முகங்களையும் ஆசை ஆசையாகப் பார்த்தாள். புது தேசம் மாதிரி இருந்தது இந்தியா அவளுக்கு. எல்லா முகங்களிலும் வித்யாவின் சாயல் இருப்பதாகப் பட்டது. எல்லாரும் வித்யாக்கள்தான் என்று சட்டென்று அவளுக்குத் தோன்றியது.

அது பொதுவிடம் என்பதையும் மறந்து வாய்விட்டுச் சிரித்தாள் வித்யா.

1988

காலகண்டன்

ஊர் முழுக்க இதே பேச்சாகி விட்டது.

கோதண்டத்தைப் பற்றித்தான். ஆள் இப்படி அடியோடு மாறிப்போய் விடுவான் என்று யார்தான் எதிர்பார்த்திருக்க முடியும்? ஊர்ப் பெரிய மனிதர் வீடுகளில் பத்துப் பாத்திரம் தேய்ப்பதைத் தொழிலாகவும், ஊர்ச் செய்திகளை ஒவ்வொவரு வீட்டுக்கும் அல்லது ஒவ்வொரு வீட்டுச் செய்திகளை ஊருக்கும் அறியப்படுத்துவதையே சேவையாகவும் செய்துகொண்டிருந்த பாஞ்சாலி, காட்டாமணிக் கொல்லைக் கிணற்றடியில் சொல்லிக்கொண்டிருந்தாள்.

“என்ன அதிசயம்மா? பாத்த என் கண்ணே பூத்துப் போச்சே. நம்ம கோதண்டமான்னு கண்ணைக் கசக்கி விட்டுக்கிட்டு இல்லே பார்க்க வேண்டியிருந்துச்சு? செட்டியார் நகைக் கடையிலே சம்பிரம்மா கால்மேல் கால் போட்டுக்கிட்டு, கார்வார் பண்ணறதே நீ பார்த்திருக்கணும். மயக்கம் போட்டு விழுந்திருப்பே! சட்டை என்னா, வேட்டி என்னா! மாப்பிள்ளை கணக்கா?! ஊம்... பெத்தவ இருந்து பாக்கக் கொடுத்து வக்கிலியே” என்று வலக்கையைக் கன்னத்தில் வைத்துக்கொண்டு பாஞ்சாலி பேசிய பேச்சை, பிற பெண்களும் கன்னத்தில் கை வைத்துக்கொண்டு கேட்டார்கள். ஆச்சரியமான செய்திகளைக் கேட்டால் பெண்கள் கன்னத்தில் கை வைத்துக்கொள்வார்கள்!

கேட்டவர்கள் எல்லோருமே கோதண்டம் மாறிவிட்ட செய்திகளைச் சந்தோஷமாகவே

வாங்கிக்கொண்டார்கள். மனிதர்கள் அடிப்படையில் நல்லவர்கள் சில சமயங்களில்தான் அயோக்கியர்கள்.

இற்று வீழ்ந்துகொண்டிருந்த பிள்ளையார் கோயில் சுற்றுப் பிராகாரத்தை ஒட்டிய அரச மர நிழலில்தான் கடந்த ஆறு மாதத்துக்கு முன்னால்வரை உட்கார்ந்துகொண்டிருந்தான் கோதண்டம். கோயிலின் தென்மேற்கு மூலை அது. நாளடைவில் 'கோதண்டம் மூலை' என்று பெயர் பெற்றுவிட்டது. மழையானாலும் வெயிலானாலும் இருந்த இடம் மாறாமல், காலை முதல் இருட்டி விளக்கும் வைத்து, 'என்ன கோதண்டம் வரட்டுமா' என்று அர்ச்சகர் சொல்லிவிட்டுப் போகிற வரைக்கும் அங்கேயே உட்கார்ந்திருப்பான். மனித வர்க்கத்தால் தீர்க்கப்படாத மாபெரும் பிரச்சினை ஒன்றைத் தீர்க்க முயல்பவனைப்போல், விழிகள் குத்திட்டு நிற்க, பார்த்ததைப் பார்த்தபடி உட்கார்ந்திருப்பான். யாரேனும் கூப்பிட்டால், தன்னை இல்லை என்கிற மாதிரி இருப்பான். யாராவது வந்து அசைத்தால், அசைத்தவரைப் பார்த்துச் சிரிப்பான். பொருளற்ற, காரணமற்றச் சிரிப்பாக இருக்கும்.

மாலைகளில் பிள்ளையார் கோயில் திடலுக்கு விளையாட வருகிற ஊர்க்குழந்தைகள், "பைத்தியம் மாமா நாங்க கண்ணாமூச்சு வெளையாடப் போறோம். நான் ஒளிஞ்சுக்கிற இடத்தைச் சொன்னியோ தெரியும் சேதி" என்று கூறும்போது கோதண்டம் சிரிப்பான். அதே அர்த்தம் அற்ற சிரிப்பு.

கோதண்டத்திடம் விசித்திரமான பழக்கம் ஒன்று இருந்தது. ஊர் விழித்து எழாத காலைப் பொழுதுகளில், வேளாளர் தெரு, கோமுட்டித் தெரு, கீழத்தெரு ஆகிய மூன்று தெருக்களிலும் உள்ள ஒவ்வொரு வீட்டுக்குள்ளும் நுழைந்து தினக் காலண்டரில் உள்ள முந்தின தினத்தாளை கிழித்துப்போடுகிற வேலையை, மிக ஒழுங்காக அவன் செய்தான்.

எப்படியோ ஊராரும் இதை ஏற்றுக்கொண்டார்கள். தங்கள் வீட்டுக் காலண்டரில் தேதி கிழிப்பது கோதண்டத்தின் பொறுப்பு என்கிற மாதிரி அவர்கள் இருந்து கொண்டார்கள்.

கதவைத் தட்டித்தான் வீட்டுக்குள் நுழைய வேண்டும் என்கிற கட்டாயம் அவனுக்குக் கிடையாது. காற்று மாதிரி நுழைவான். ஒவ்வொரு வீட்டிலும் காலண்டர் எங்கு மாட்டியிருக்கிறது என்பதை அவன் அறிந்திருந்தான். தினத்தாள் காலண்டரில்

பிரபஞ்சன் | 115

மட்டும் தேதி கிழிப்பது, மாதக் காலண்டர் எனில் கிழிப்பதில்லை என்ற நியதியும் கோதண்டத்திடம் இருந்தது.

சென்ற ஆண்டு அடித்த புயல் மழைக் காலத்து உச்ச நாட்களில், காக்கை குருவியும் வெளியே தலைகாட்டாத நேரத்திலும் கோதண்டம் மட்டும் தன் பணியைச் செய்யத் தவறவில்லை.

வேளாளர் தெருவுக்கு வரும்போது காலை எட்டாகி விடும். தபால்காரத் தாத்தா அலுவலகத்துக்குக் கிளம்ப, தன் நித்திய அனுஷ்டானங்களில் ஒன்றாக நெற்றிக்கு நாமம் தீட்டிக்கொண்டிருப்பார். தாத்தா கோதண்டத்தைக் கலகலப்பாக வரவேற்பார். "வாடா பேராண்டி... இன்னும் காணமேன்னு பார்த்தேன். கிழி கிழி காலத்தைக் கிழிச்சுப் போடு. போட்டுட்டு அப்படியே அடுப்புச் சாம்பல் எடுத்து வச்சிருக்கேன். குளியல் பிறை மேலே. பல்லைத் தேச்சுட்டு கிழவிகிட்டே, ரெண்டு வா பழைய சோத்தை வாங்கி உள்ளார அனுப்பு" என்பார்.

கோதண்டம் சுவாதீனமாக உள்ளே குளியல் அறைக்குப் போய் பல்லைத் துலக்கித் தொட்டித் தண்ணீரை முகத்தில் அடித்துக்கொண்டு வருவதற்கும், கிழவி பழைய சோற்றை மண் கிண்ணியில் எடுத்து வைக்கவும் சரியாக இருக்கும். நின்றபடியே சோற்றை வழித்து வாயில் போட்டுக்கொள்வான்.

"உக்காந்து சாப்பிடேண்டா" என்பாள் கிழவி.

"நாடாளும் மகராசன்... உக்காந்தா எப்படி? இன்னும் ரெண்டு தெரு போயாகணும்?" என்பார் தாத்தா.

மண் கிண்ணிச் சோற்றை வழித்து வாயில் போட்டுக்கொண்ட மறுகணம், அடுத்த தெருவின் முதல் வீட்டில் படி ஏறிக்கொண்டிருப்பான் கோதண்டம்.

போன சித்திரைப் பௌர்ணமிக்கு ஊருக்கு வந்திருந்த, தாத்தாவின் உறவினர் ஒருவர் தெரியாத்தனமாக தேதி கிழிக்க முயன்றபோது திடுக்கிட்டுப் போனார் தாத்தா.

"ஊகும்... காலண்டரை மட்டும் தொட வேண்டாம். அதைக் கிழிக்கவே ஒருத்தன் இருக்கான்."

"என்னடாது... ஆச்சரியமா இருக்கே... காலண்டர் கிழிக்கக்கூடவா ஒருத்தனை வேலைக்கு வச்சிருக்கீங்க. இந்த ஊருல..." என்றார் உறவினர்.

"தேதி கிழிக்கக் கூலியா கொடுக்க முடியும்? கோதண்டம்னு ஒருத்தன் இருக்கான். சித்தே ஒரு மாதிரி ரெண்டுங் கெட்டான். பய இப்ப வருவான். நீங்களே பாருங்க. தேதி கிழிக்கறதுக்கே ஜென்மம் எடுத்து வந்திருக்கான்."

"ஓகோ... பைத்தியமா?"

"பொறக்கும்போதே பைத்தியமா எவன் பிறப்பான்? இந்தப் பயலும் நல்லாத்தான் இருந்தான். பத்துப் பனிரெண்டு வயசு வரைக்கும். அவனைப் பெத்தவ வேற எவனையோ இழுத்துக்கிட்டு ஓடிப் போயிட்டா... அப்புறம்தான் இந்தப் பய இப்படி ஆனது..."

"பெத்த பிள்ளையை விட்டுட்டு ஒரு பொண்ணு ஓடறதாவது?"

"ஆம்பிள ஓடறது இல்லையா... ஏதோ சில வார்ப்படம் அப்படி."

பத்து பனிரெண்டு வயசில், அந்த அரசமரத்து நிழலில் வந்து உட்கார்ந்தவன் கோதண்டம். இரண்டு மூன்று பொதுத் தேர்தல்கள் அவனைப் புறக்கணித்துவிட்டு நடந்தேறிவிட்டன. அரைக்கால் சட்டை அணிந்திருந்த பையனுக்குச் சில இளவட்டங்கள் வேட்டிக் கட்டிவிட்டன.

சுக்கு மாதிரி உடம்பு, போலீஸ்காரன் மாதிரி ஒட்ட வெட்டின கிராப்பு, அழுக்கேறி பழுப்பு நிறமான வேட்டியும் துண்டும், காலைக் கட்டிக்கொண்டு எங்கோ தூரத்தில் வெறித்துப் பார்த்துக்கொண்டு நாள் முழுக்க உட்கார்ந்திருக்கும் கோதண்டம், குத்துக் கல்லைப்போல, ஆட்டுக் குழவியைப்போல பொருட்படுத்தாத வேண்டாதவனாகிப் போனான். அர்ச்சகர் அவ்வப்போது இரக்கப்பட்டுத் தரும் பட்டை சாதம், தாத்தா வீட்டுக் கிழவி பிழிந்து வைக்கும் ரெண்டு பிடிச்சோறும் கோதண்டம் உயிர் வாழ உதவின.

மனிதர் நடமாட்டம் இல்லாத காட்டுப்பகுதியின் புதர்களின் மறைவிலும் பூக்கள் பூத்துக்கொண்டுதான் இருக்கின்றன. கோதண்டத்துக்கும் ஒருநாள் வாழ்வு வரத்தான் செய்தது.

கோதண்டத்தின் ஒன்றுவிட்ட மாமன் என்று சொல்லிக்கொண்டு ஒருத்தர் வந்து சேர்ந்தார்.

"என்னாது... மாமாவா... இம்மாங்காலம் சோத்துக்கு இல்லாமே, கட்டிக்க முழத்துண்டு இல்லாமே, பித்து பிடிச்சு உட்கார்ந்து கிடந்தானே இந்தப் பய, அப்போவெல்லாம் எங்க

பரதேசமா போயிருந்தீரு?" என்று கேட்டார் தபால்காரத் தாத்தா.

தலையைத் தொங்கப் போட்டுக்கொண்டு உட்கார்ந்திருந்தார் மாமா என்று வந்தவர். மாமாவுக்கு ஒரு பெண் இருந்தாள். அவளைக் கோதண்டத்துக்குக் கட்டிவைத்துவிடுவது என்கிற நோக்கத்தோடு வந்திருந்தார் அவர்.

"அடி சக்கை... அடிச்சாண்டா கோதண்டம் லாட்டரி பிரைஸ்..."என்றார் தாத்தா.

பூங்காவனம் என்பது அவள் பெயர். சின்ன வாழைக்கன்று மாதிரி இருந்தாள். கூழாங்கல் மாதிரி கண்களில் சிரிப்பு வழிந்தது. கல்யாணத்துக்குப் போய் வந்த தாத்தா, கிழவியிடம் சொன்னார்.

"இதைத்தான் தலையெழுத்துங்கறதா? இந்த ரெண்டுங் கெட்டானுக்கா இந்தத் தென்னங்குருத்து? எப்படியோ காரியம் முடிஞ்சுட்டுது. எல்லாம் நல்லபடியாவட்டும்" என்றார் விசனமாக.

பூங்காவனம் கோதண்டத்தைக் குழந்தையாகவே ஏற்றாள் என்பது சில நாட்களிலேயே தெரிந்துபோயிற்று. வேடிக்கை பார்ப்பவரைத் தவிர்க்க இருள் பிரியும் முன்பாகவே கோதண்டத்தை இழுத்துக் கொண்டுபோய் மாடு குளிப்பாட்டுவது மாதிரி குளிப்பாட்டினாள். அப்புறம் சூடாகச் சோறு பரிமாறினாள். சமயங்களில் ஊட்டியும் விட்டாள். கையைத் தூக்கச் சொல்லி பனியன் போடக் கற்றுக் கொடுத்தாள். கொஞ்சம் கொஞ் சமாகக் காலை நேரங்களில் தேதி கிழிக்கிற வழக்கத்தையும் விட்டொழித்தான் கோதண்டம்.

ஊரில் சண்டியர் என்று சொல்லப்பட்ட கோபாலு ஒருநாள் சொன்னான், "ஏலே பைத்தியம், செருப்பைப் பார்த்துக்க. கோயிலுக்குள்ளாறப் போயிட்டு வந்துடறேன்."

"எவண்டா பைத்தியம்? செவிள்ல அறைவேன். செருப்பைப் பார்த்துக்கறதுதான் எனக்கு வேலையாக்கும்" என்றான் கோதண்டம். பேயே அறைந்தது மாதிரி ஆகிவிட்டது கோபாலுக்கு.

ஒரு ஞாயிற்றுக் கிழமை தன் வீட்டுக்கு வந்த கோதண்டத்தைப் பார்த்த தாத்தாவுக்கு மனசு நிறைந்துபோயிற்று. அடக்கமான அரைக் கை பனியனும், தோளைப் போர்த்த துண்டும், துவைத்து உலர்த்தி கணுக்கால்வரை தாழக் கட்டிய வேட்டியுமாக இருந்தான் கோதண்டம்.

"ஏலே ஏதாச்சும் சாப்பிடு" என்றார் தாத்தா.

மண் கிண்ணியை எடுத்துக்கொண்டு அடுப்படிக்குப் போன கிழவி, ஏதோ நினைத்து எவர்சில்வர் தட்டில் சோறு போட்டு எடுத்துவந்தாள்.

தாத்தா இரண்டு நாளாய் சோர்வாகக் காணப்பட்டார். அலுவலகத்துக்கு விடுப்பு போட்டுவிட்டு வீட்டில் படுத்துக் கிடந்தார்.

"என்ன விசனம்? ஏன் ஒரு மாதிரியா இருக்கீய?" என்றது கிழவி.

"என்னத்தைச் சொல்ல? வாழ்க்கையும் வாகனமும் ஒரே சீரா என்னைக்கும் ஓடறதில்லேம்பாங்க... சரிதான்போல..." என்றுவிட்டு சூள்கொட்டினார். பின் தொடர்ந்தார்.

"மனுஷ மனசுக்குள்ள என்ன என்ன சூட்சுமங்களையெல்லாம் வச்சு படைச்சிருக்கு பாத்தியா? அந்தப் பூங்காவனம் குட்டி இந்தக் கோதண்டம் பயலைக் கட்டறபோது, நான்கூட விசனப்பட்டேன். அந்த ரெண்டுங்கெட்டான் பயலை, அவ ஒரு மனுஷனாக்கினதைப் பார்த்து அப்புறம் சந்தோஷப்பட்டேன். வெண்ணெய் திரண்டு வரச்சே தாழி உடைஞ்ச மாதிரி, அவன் ஒரு மாதிரி நல்லா வரும்போது, இவ காத்து மாதிரி திசை மாறுனாளே? என்னத்தைச் சொல்லறது" கொஞ்ச நேரம் கன்னத்தில் கை வைத்துக்கொண்டிருந்துவிட்டுப் பிறகு சொன்னார்.

"ஆதரவு இல்லாம போனதாலதான் அந்தப் பயலுக்கு மூளை கெட்டுது. இவ வந்ததும் ஆள் ஒழுங்கானான். இப்ப இந்தக் குட்டியே வேற இடம் பாக்குறா... அந்தக் கோபாலு பயலோட என்னமோ ஏதோன்னு காதிலே விழுது" என்றவரிடம் "அடிப்பாவி" என்றாள் கிழவி.

"அப்படிச் சொல்லாதே... எல்லாம் ஒருவகை சலிப்புத்தான். அது வர்றச்சே, அதை மிதிச்சி மேலே ஏறி வர்ற பக்குவம் வேணும். இல்லேன்னா இது மாதிரிதான்" என்றார்.

தாத்தா நெற்றியில் நடு சிவப்புக் கோடு பிசிறு வராமல் தீட்டிக்கொள்ள முயன்றுகொண்டிருந்தார். கோதண்டம் பரபரவென்று உள்ளே வந்து தேதியைச் 'சரக்'கென்று கிழித்துப் போட்டுவிட்டு, குளியல் அறை நோக்கி நடந்தான்.

கிழவி தடுமாறி எழுந்து மண் கிண்ணியை எடுத்துக்கொண்டு அடுப்படிக்குப் போனாள்.

"அட கெடுத்தியே" என்றார் தாத்தா. நிற்க முடியாமல் உட்கார்ந்து விட்டார். உள்ளே வந்ததும் கோதண்டத்திடம் சொன்னார்.

"அட பயலே, மனுஷனாவும் பாத்துட்டு, இப்ப இது மாதிரியும் பார்க்க வச்சுட்டயேடா" என்றார் தழுதழுக்க.

கோதண்டம் விட்டத்தைப் பார்த்துக்கொண்டு சோற்றை வழித்து வாயில் போட்டுக்கொண்டிருந்தான்.

1986

குரூரம்

'இந்த அண்ணாவுக்குத் திடீரென்று என்ன வந்து விட்டது' ஏன் இவன் இப்படி ஆகிப் போனான்?

மேகாவுக்குச் சங்கடமாய் இருந்தது. சின்னச் சின்ன விஷயங்களுக்கு எல்லாம் ஏன் இவன் இப்படிக் கீழே விழுந்து உடைந்து போகிறான்.?

காலையில் பாத்ரூம் காலியாகக் கிடக்கிறதே என்று டவலையும் மாற்றுத் துணிகளையும் எடுத்துக்கொண்டு குளிக்கக் கிளம்பினாள் மேகா. அந்த நேரம் பார்த்தா ஜலன், அவன் ரூமிலிருந்து வெளிப்பட்டு பாத்ரூமண்டை வர வேண்டும்?

குளியலறைக் கதவுக்கு முன்னால் அவர்கள் நேருக்கு நேர் சந்தித்துக் கொண்டார்கள்.

"அவசரமாண்ணா?" என்று கேட்டாள் மேகா.

"உனக்கு அவசரமா?" என்றான் ஜலன்.

"ஆமா... இன்னைக்கு எட்டு மணிக்கெல்லாம் வர முடியுமான்னுட்டு எம்.டி. நேத்திக்கே போன் பண்ணிக் கேட்டுட்டார். கொஞ்சம் பேப்பர்லாம் எடுத்துக்கொடுத்து டிஸ்கஸ் பண்ண வேண்டியிருக்கு. பதினொரு மணிக்கு டைரக்டர்ஸ் மீட்டிங் இருக்கு. உனக்குத் தெரிஞ்சிருக்குமே? நான் கொஞ்சம் அதுக்காகத் தயார் பண்ண வேண்டியிருக்கு. அதான்... பரவாயில்லேண்ணா... உனக்கு அவசர வேலை இருக்குன்னா நீயே குளிச்சுட்டு வா..." என்று சொன்னாள் மேகா.

இந்த அண்ணா என்ன சொல்லியிருக்க வேண்டும்? 'உனக்கு நிறைய புரோகிராம்ஸ் இருக்கு...

நீயே குளிச்சிட்டுக் கிளம்பு' என்று சொல்லியிருக்கலாம். அல்லது 'இல்லேடி... எனக்கும் அவசரம்தான். நான்தான் முதல்ல குளிக்கணும்...' என்றுகூடச் சொல்லியிருக்கலாம்தான்.

என்ன சொன்னான் கிராதகன்?

"ஓகோ... நீ பெரிய ஆபீசர்னு எனக்குச் சொல்றயாக்கும்? டைரக்டர்ஸ், எம்.டி.யோட எல்லாம் மூவ் பண்றவ நான். நீ வெறும் கிளார்க்குன்னு சொல்றே இல்லையா? நீயே குளிச்சுட்டுக் கிளம்பும்மா..." என்று குத்தலாய் பேசிவிட்டு, விடுவிடு என்று தன் அறைக்குள் போய் புகுந்துகொண்டான். ஆளரவம் கேட்டதும் ரூமுக்குள் ஓடும் முயல் மாதிரி.

நின்ற இடத்திலேயே நின்றுவிட்டாள் மேகா. நெருப்பை வாரி உடம்பு முழுக்கக் கொட்டிய மாதிரி இருந்தது. மனம் கசந்து போயிற்று. ஆனாலும், மாசம் பிறந்தால் கை நீட்டிச் சம்பளம் வாங்குகிற கடமை உணர்வு உள்ளிருந்து நிமிண்ட, குளிக்கப் போனாள்.

இந்த அம்மா இருக்காங்களே, ஒரு வெகண்டை... எப்போ, எது பேசுவது என்று தெரிவதில்லை... சாப்பாட்டு நேரத்தின்போது இது நடந்தது.

மேகா, 'காக்கா குளியலை' முடித்துக்கொண்டு, உடுத்திக்கொண்டு சாப்பிட வந்தாள். அவள் கூந்தல் முடிச்சிலிருந்து கசிந்த ஈரம் சட்டையை நனைத்திருந்தது. கஞ்சி மொடமொடப்பில் புடவை, சரக்சரக்கென்று சத்தம் எழுப்பியதோடு, நடையையும் தடை செய்தது. மடிப்பை நீவிவிட்டு ஒழுங்கு செய்துகொள்ள நேரம் இல்லை அவளுக்கு.

"என்னடி... இன்னும் ரஸம் கொதிவரல்லே... கூட்டு வேகல்லே. நேத்திக்கே சொல்லக்கூடாது. காலமே சீக்கிரம் போக வேண்டியிருக்குன்னு..." என்று சொல்லிக்கொண்டே தட்டை எடுத்து வைத்தாள் அம்மா.

"இருக்கிறது போடு... போதும்" என்று சொல்லிக்கொண்டே ஆவி பறக்கும் சாதத்தைப் பிசையக்கூட முடியாமல், பாடுபட்டுக் கொண்டிருந்தாள் மேகா.

அந்த நேரம் பார்த்தா இந்த அண்ணா அங்கு வர வேண்டும்?

"உனக்கும் அவசரமாடா ஜலா...? இவளுக்குத்தான் ஏதோ மீட்டிங், கீட்டிங் இருக்காம்... வெந்ததையும் வேகாததையும்

கொட்டிக்கிட்டுப் போறா... நீயாவது கொஞ்சம் இரேன். ஆவி அமர சாப்ட்டுட்டுப் போகலாம்...” என்றாள் அம்மா. என்ன தப்பு இதில்? அண்ணா என்ன சொன்னான்?

“அவளுக்குத்தான் அவசரம் இருக்கும். எனக்கு ஏது? அவ மாசம் பொறந்தா ஆயிரத்து அறநூறு ரூபாயைக் கொண்டுவந்து சுளையா உன் கையில கொடுக்கறா, கை நிறக்க – கை கனக்க... நான் சொத்தை, ஐந்நூத்துச் சொச்சம்தானே தரேன்... எனக்கு ஒரு தம்ளர் காப்பியாவது கொடேன்...” என்றான் ஜலா. அம்மா விக்கித்துப் போனாள். கண்கள் கசிய ஆரம்பித்துவிட்டன அவளுக்கு. அப்புறம் சாப்பாடு எப்படி இறங்கும்?

மேகாவுக்கு ஆபீசில் வேலையே ஓடவில்லை. எம்.டி கேட்டார். “உனக்கு உடம்பு சரியில்லையா மேகா?” என்னதான் மனசை இறுக்க மூடிக்கொண்டாலும், முகம் காட்டிக் கொடுத்து விடுகிறதே! இத்தனைக்கும் ஜலனுக்காக இந்த எம்.டியிடம் மூன்று மாசம் எவ்வளவு கெஞ்சிக் கூத்தாடி, பல்லிளித்து, பணிந்து வேலை வாங்கிக் கொடுத்தாள்.

ஒரே சமயத்தில்தான் இருவருக்கும் அந்தப் பெரிய கம்பெனியில் இருந்து நேர்முகத் தேர்வுக்கு வரும்படி கடிதம் வந்தது. மேகாவும் ஜலனும் ஒன்றாகச் சந்தோஷப்பட்டார்கள். ஒன்றாகவே ஆட்டோ பிடித்து தேர்வுக்குச் சென்றார்கள். முதலில் ஜலன் அறைக்குள் அழைக்கப்பட்டான். வெளியே வந்தான். கடிதம் வருமாம் என்றான். அப்புறம் சில பேருக்குப் பிறகு மேகா அழைக்கப்பட்டாள். வெளியே வந்தாள். கடைசியாக மீண்டும் அழைக்கப்பட்டாள்.

மேகா பன்முகத் திறமையை வளர்த்துக்கொண்டிருந்தாள். ஆங்கிலத்தோடு, இந்தியும் படித்து வைத்திருந்தாள். காலேஜுக்குப் போகும்போதே மாலை வகுப்பில் பிரெஞ்ச் படித்திருந்தாள். பிசினஸ் மானேஜ்மென்ட்டுக்கான தகுதியோடு இவைகளும் சேரவே, மேகா உடனடியாக எடுத்துக்கொள்ளப்பட்டாள்.

மேகா அழகாய் இருந்தாள். சரளமாய்ப் பேசினாள். பார்த்தவர்கள் மீண்டும் பார்க்கிற ஒரு வாகு, முகத்திலும், உடம்பிலும். வேலைக்கு எல்லாமும்தானே தேவைப்படுகிறது!

மேகாவுக்கு வேலை கிடைத்த செய்தி மேகாவின் மூலமாகவே அண்ணனுக்குத் தெரிந்தது. ஜலத்துக்கு ஏற்கெனவே இருண்ட முகம். மேலும் இருண்டது.

"நான் ஒரு பிரெண்டைப் பார்க்கப் போறேன்... நீ வீட்டுக்குப் போ." என்று விட்டுட்டுப் போய்விட்டான் ஜலன். திரும்பும்போது தனியாகத்தான் பஸ்ஸில் வந்தாள் மேகா. அடுத்த மூன்று மாதத்தில் தன் பணிக்காகத் தன் எம்.டி.யால் பாராட்டப்படும் போதெல்லாம், அவரிடம் தன் அண்ணனைப் பற்றிச் சொல்லத் தவறவில்லை அவள்.

"என் அண்ணாவுக்கு ஒரு வேலை போட்டுக் கொடுத்துடுங்க சார்..."

விளைவு, ஒரு கிளார்க்காக உள்ளே நுழைந்தான் அவன்.

"மீட் மிஸ்டர் ஜலகண்டேசுரன்... புதுசா வந்திருக்கிற கிளார்க். நம்ம பெர்சனல் மானேஜருடைய அண்ணன்"

தலைமை குமாஸ்தா இப்படித்தான் எல்லோருக்கும் அறிமுகப்படுத்தினார். ஜலனை எல்லோரும் அவன் முகத்துக்குப் பின்னால் அவன் தங்கையின் முகத்தைப் பார்த்தார்கள்.

"ஓகோ!"

"ஓகோ! அந்த வகை சிபாரிசா..."

"சர்தான்... சர்தான்?"

நொந்துபோய்விட்டான் ஜலன். எல்லோரும் அவனிடம் பேசினார்கள். கொஞ்சம் ரிசர்வேஷனுடன்தான். எம். டி. யை மற்றும் உயர் அதிகாரிகளைப் பற்றிய வம்புகள் என்றால், அவனிடம் மட்டும் அதைப் பற்றிய பேச்சைத் தவிர்த்தார்கள். ஒரு வேவுக்காரனைப்போல தான் இருப்பது, அவனுக்கே கசந்தது. ஆனால் இதன் விளைவு, வேறு விதமாய் இருந்தது. ஜலன் எல்லோரையும் அசர அடிக்கிற வம்புக்காரனாய் மாறினான். மற்றவர்கள் சொல்லத் தயங்குகிற புகார்களை முந்திக்கொண்டு சொன்னான். இருந்தும் என்ன? அவனைப் பரிபூரணமாக யாரும் நம்பத் தயாராக இல்லை.

பஸ்ஸர் கூப்பிட்டது. எழுந்து போனாள்.

"சொல்லுங்க சார்..." என்றாள் மேகா.

"பில்டிங் எஸ்டிமேஷன் பைல் உன்கிட்டேதானே இருக்கு?"

"இருக்கு சார்..."

"அந்த நம்பர்ஸ் ரொம்ப முக்கியம் மேகா... ரொம்ப ரகசியமும்கூட"

"தெரியும் சார்..."

"என்னைக்கு மேல போகப் போறது அது?"

"நாளைக்கு அனுப்பணும் சார்..."

"ஜாக்கிரதை! நாளைக்கு அதை மேல சேர்க்கிற வரைக்கும் ரொம்ப ரொம்பக் கவனமா இருக்கணும்"

"இருக்கேன் சார்..."

"மத்தவன்களுக்கு, குறிப்பா, அந்த மோதிக்கு அது தெரிஞ்சா..?"

"நமக்கு ஏகப்பட்ட நஷ்டம் ஏற்பட்டுடும்."

"பண நஷ்டம் பிரமாதம் இல்லை. இந்த சில லட்சங்களை அடுத்த கான்ட்ராக்டுல சம்பாதிச்சுடலாம்... மரியாதை போயிடும்."

"புரியுது சார்...!"

"உன் பொறுப்பு. நாளைக்கு நான் அவுட் ஆஃப் ஸ்டேஷன். நீயே எல்லாத்தையும் பார்த்து முடிச்சிடுவே இல்லையா?"

"செர்ட்டன்லி சார்... நீங்க கவலையே பட வேணாம்."

"ஒண்ணு செய்யி... நாளைக் காலைலே பத்து மணிக்கு நீயே போய், அந்த ஃபைலை ஒப்படைச்சுட்டு ஆபீசுக்கு வந்துடு..."

"அப்படியே செஞ்சுடறேன் சார்!"

"இந்த சுப்பராயன், கேசவன் எவன்கிட்டேயும் இதைக் குடுத்துடாதே..."

"சரி சார்..."

"ஜாக்கிரதை..."

"சரி சார்! நீங்க கவலையை விடுங்க. இது என்னோட பொறுப்பு சார்..."

"குட்!"

"எம். டி ரொம்பத்தான் பயம் காட்டிவிட்டார். மேகா கையில் அந்த ஃபைல் அடங்கிய பிரீப்கேசோடு நின்றிருந்தாள். கெட்டியாக அதைப் பிடித்துக்கொண்டிருந்தாள். இந்தக் காலைகளிலும், மாலைகளிலும் பஸ்ஸில்தான் எவ்வளவு நெரிசல்... ஆட்டோவும் கிடைப்பதில்லை. ஓர் ஆட்டோவுக்காகக் காத்திருந்தாள். எதிர்பாரா விதமாக ஜலன் தென்பட்டான். மேகாவுக்கு உயிர் வந்தது மாதிரி இருந்தது.

"அண்ணா... வீட்டுக்குத்தானே?"

"உம்..."

"என்கூட வாண்ணா... ஆட்டோவில் போயிடுவோம்..."

"என்ன, புதுசா கையில பெட்டி?"

"ஒரு முக்கியமான ஃபைல். அதான் உனக்குத் தெரியுமே... கொட்டேஷன் ஃபைல். இதைப் பத்திரமாய்க் கொண்டுபோய் வீட்டுல சேர்க்கணும்..."

"இதுக்குப் போயி பயப்படறயே... பணம்னா பயப்படலாம்... இதப் போயி யாரு சீண்டுவா...?"

"ப்ளீஸ்... வாண்ணா என்கூட..."

ஜலன் ஒப்புக்கொண்டான். அதிர்ஷ்டம்தான். அவனே ஓர் ஆட்டோவையும் கொண்டுவந்து சேர்த்தான். இருவரும் வீடு வந்து சேர்ந்தார்கள்.

வந்ததும், நேராக அலமாரியைத் திறந்து பிரீப்கேஸை வைத்து மூடினாள் மேகா. அம்மாகூடக் கேட்டாள்.

"என்னடி அது...?"

"ஒரு முக்கியமான பேப்பர்."

"ரொம்ப பத்திரமா வைக்கிறியே?"

"அது போச்சுன்னா என் வேலையே போயிடும்" என்றாள்.

ஜலன் முகம் கழுவிக்கொண்டு, காப்பிக்கு அப்போதுதான் உள்ளே வந்தான். அவனுக்கு ஒரு தம்ளரும், மேகாவுக்கு ஒரு தம்ளரும் கொடுத்தாள் அம்மா.

"முகத்தை அலம்பிட்டு வாயேன், வெள்ளிக்கிழமை கோயிலுக்குப் போய்ட்டு வரலாம்" என்று கூப்பிட்டாள் அம்மா. கோயிலுக்கு என்றதும் உடனே சம்மதித்தாள் மேகா. பாத்ரூமுக்குப் போனாள். பளிச்சென்று வெளியே வந்துவிட்டாள்.

அம்மாவும், மேகாவும் கிளம்பினார்கள்.

வீட்டில் தனியாக இருந்தான் ஜலன். லேசான இருளும் சூழ்ந்துகொண்டு வந்தது. கோபமும் வெறுப்பும் என்னதான் செய்யத் தூண்டாது? அவனிடம் விபரீதமான எண்ணம் உருவாயிற்று.

அலமாரி இருக்கும் அறைக்கு வந்தான். அது பொதுவானது. அம்மாவின் உடைமைகள், மேகாவின் புடவைகள் எல்லாம்

அதில்தான். திறந்தே இருந்தது. பூட்டியிருக்கவில்லை. நல்லது. பிரீப்கேசை எடுத்துக்கொண்டு வெளியே வந்தான். திறந்தான். மேகா அதைப் பூட்டி வைத்திருக்கலாம். வீட்டுக்குள் திருடனை எப்படி எதிர்பார்த்திருப்பாள் அவள்? ஃபைலை வெளியே எடுத்தான். குறித்துக்கொண்டான். பிரீப்கேஸைக் கொண்டுவந்து மீண்டும் அலமாரிக்குள் வைத்தான். சட்டையை மாட்டிக்கொண்டு வெளியே வந்தான். பப்ளிக் பூத்துக்கு வந்தான். டைரக்டரியை எடுத்து, மோத்தி கம்பெனி விலாசத்தைத் தேடத் தொடங்கினான். கிடைத்தது.

எதிர்ப்புறம், "என்ன?" – "எப்படி" என்றெல்லாம் அதிர்ந்தும் வியந்தும் கேட்டார்கள். பெயர் என்ன என்றார்கள். "உண்மை விளம்பி" என்றான். பூத்தின் கதவைத் திறந்துகொண்டு வெளியே வந்து, எட்டணாவைக் கொடுத்துவிட்டு நடந்தான். "இது போச்சுன்னா வேலை போயிடும்" என்று மேகாவின் குரல் கேட்டது.

ஜலனுக்கு, ஒரு குரூரமான திருப்தி மனசுக்குள்!

1985

கொஞரம்

திருவல்லிக்கேணியில் ஏதோ ஓர் அழுக்குச் சந்துக்குள், வெட்கப்பட்டுக்கொண்டு நுழைந்தது அந்தப் புதிய மாருதி. ஒரு கார் மட்டுமே போகத்தக்க அகலம் குறைந்த அந்தச் சந்தில், ஒரு மாடு ரொம்பச் சுதந்திரமாகப் படுத்துக்கிடந்தது.

ஹாரனைத் தொடர்ந்து அலற வைத்துத்தான் மாட்டை எழுப்ப முடிந்தது டிரைவரால். மாடு அலட்சியமாக வண்டியை ஒரு பார்வை பார்த்து விட்டு நகர்ந்தது. ஏன்தான் இந்த மாமா, இந்தச் சந்தைவிட்டுக் கிளம்ப மறுக்கிறாரோ என்று தோன்றியது கணேசனுக்கு. பிறந்து வளர்ந்த இடம் என்கிறார். வண்டி ஒரு வீட்டின் முன் நிற்கிறது. டிரைவர் இறங்கி வந்து கதவைத் திறந்துவிட்டான். தெருவில் கால் வைக்கக் கூசியது கணேசனுக்கு. திட்டாகச் சகதி. மாட்டுச் சாணமும் மூத்திரமும் சேர்ந்த சகதி. சகித்துக்கொண்டு இறங்கினான். கூடத்தில் அவரைக் காட்டிலும் வயசான ஓர் ஊஞ்சலில் உட்கார்ந்திருந்தார் மாமா.

“அடடே... கணேசா... வாடா” என்று வரவேற்றார். உள் அறைப்பக்கம் திரும்பி “ஹேய்... யார் வந்திருக்கா பாரு... உன் மருமவன்” என்றார்.

அத்தை உள்ளிருந்து வந்தது. “வாப்பா” என்றது. அத்தையுடன் சமையல்கட்டு வாசனையும் வரும். காலம் காலமாக அவளிடம் ஊறிப்போன வாசனை அது. “சௌக்யமா... ரொம்ப இளைச்சுப் போயிட்டியே...”

"சும்மா இந்தப் பக்கம் ஒரு வேலை உங்களைப் பார்த்துட்டுப் போகலாம்னு வந்தேன்..." என்றான் கணேஷ்.

அத்தை உள்ளே போயிற்று, காப்பி போடத்தான் போகும். வேண்டாம் என்று சொல்ல வேண்டும்போல் இருந்தது. சொன்னால்... அது கோபித்துக்கொள்ளும், வருத்தப்படும்.

"மல்லிகா கோயிலுக்குப் போயிருக்கா... வந்துடுவா... வர்ற நேரம்தான்" என்றார் மாமா.

மல்லிகாவைப் பார்க்க, தான் வரவில்லை என்று சொல்ல வேண்டும் என்று நினைத்தான். சொல்லக்கூடாது. சொன்னால் மாமாவும் அத்தையும் சேர்ந்து கட்டிவைத்திருக்கும் கோட்டை சரிந்துவிடும்.

ஆபீஸ் பற்றி விசாரித்தார் மாமா. "ஒரு முக்கிய வேலையா நாளைக்கு டில்லிக்குப் போறேன் மாமா... சாயங்காலம் திரும்பி விடுவேன்..." என்றான்.

அத்தை காப்பி கொண்டுவந்தாள். தவிர்க்க முடியாத தண்டனை அது. காப்பிப் பொடியும் சர்க்கரையும் சேர்த்து அப்படி ஒரு கஷாயத்தை அவளால் மட்டுமே செய்ய முடிகிறது. மாமாவுக்கு அது மட்டுமே காப்பி. 'தானும் இருபது வருஷமாக அந்தக் காப்பியைத்தான் குடித்து வந்தோம். அப்போது மட்டும் அது நன்றாக இருந்தது எப்படி?' என்று தோன்றியது கணேசுக்கு. இந்த வீட்டிலிருந்து வெளியேறி வாழ்ந்த இரண்டு வருஷ காலத்துக்குள் பெரிய ஓட்டல்களும், நண்பர்கள் வீடுகளும் நல்ல காப்பி எது என்று அவனுக்குக் கற்றுக் கொடுத்திருந்தன. மாமாவுக்கு அந்த வாய்ப்பு இல்லை.

டம்ளரை வாய்க்குக் கொண்டுபோகும்போதே குமட்டியது. மருந்து குடிப்பது மாதிரி மடக் மடக்கென்று குடித்து முடித்தான். சூடான காப்பி உள்ளே போனதும் வியர்த்தது. வாயால் சட்டைக்குள் ஊதிக்கொண்டான். அலுவலகத்திலும், வீட்டிலும், காரிலும் ஏ.சி.யிலேயே இருக்க நேர்ந்த உடம்பு அப்படியே பழகிப்போய்விடுகிறது. "புழுங்குதா... ஃபேன் போட்டுடறேன். கல்யாணம் ஆவட்டும்னு இருக்கேன். அப்புறம் மாப்பிள்ளைக்குத் தேவையான வசதியெல்லாம் பண்ணிடறேன்" என்றார் மாமா சிரித்துக்கொண்டு.

இதுவே கிளம்ப வேண்டிய நேரம் என்று பட்டது அவனுக்கு. "நான் கிளம்பறேன் மாமா..." என்று எழுந்தான்.

"இருப்பா... மல்லிகா வர்ற நேரம்தான். வந்துடுவா. இவ்வளவு தூரம் எங்களையா பார்க்க வந்திருப்பே..." என்றுவிட்டு கண் அடித்தார் மாமா. வேடிக்கையான மனிதர்.

ஆனால் அது கணேசுக்கு ரசிக்கவில்லை. "இன்னொரு நாளைக்கு அவளை வந்து பார்க்கிறேன் மாமா. இப்போ ஏர்போர்ட் வரைக்கும் போக வேண்டியிருக்கு..." என்று சொல்லிவிட்டுக் கிளம்பினான்.

அத்தை வாசல்வரை வந்தது. காரில் ஏறுவதற்கு முன், அத்தை மெல்லிய குரலில் சொல்லிற்று. "மல்லிகாவுக்கு வயசாயிட்டிருக்குப்பா... நீயும் தனியாத்தான் இருக்கே. இந்தத் தையில கல்யாணத்தை முடிச்சுடலாம்னு மாமா முடிவு பண்ணிக்கிட்டிருக்கார்... உனக்கும் அப்பா அம்மா பெரியவங்க இல்லே... நாங்கதானே பார்த்துச் செய்ய வேண்டியிருக்கு... ஒரு நாள் சாவகாசமா வா... பேசி நாள் வச்சுடுவோம்."

"வர்றேன் அத்தை" என்றுவிட்டு காருக்குள் புகுந்து கதவைச் சாத்திக்கொண்டான். வண்டி நகர்ந்தது. 'அப்பாடா' என்றிருந்தது கணேசனுக்கு. காரின் ஏ.சி. தீவிரமாகக் குளிர்ச்சியைத் தெளித்தது.

மல்லிகாவைப் பார்த்து இரண்டு வார்த்தைப் பேசிவிட்டு வந்திருக்க வேண்டும் என்று நினைத்துக்கொண்டான் கணேசன். அவள் வரும்வரை காத்திருக்கலாம். தலை போகிற அவசரம் ஒன்றும் இல்லை. மாமாவிடம் பொய்தான் சொன்னான். பாவம் மல்லிகா, அவனையே தன் கணவனாக, சிநேகிதனாக எல்லாமாக அவள் நினைத்துக்கொண்டிருந்தாள். நினைவு தெரிந்த நாளில் இருந்து ஏற்பட்ட முடிவு அது.

இரண்டு வயதில் அப்பாவையும், ஆறு வயதில் அம்மாவையும் இழந்த கணேசனைச் சென்னைக்கு அழைத்து வந்து, பள்ளியில் சேர்த்து, கல்லூரிக்கு அனுப்பி, பட்டதாரியாக்கி வைத்தவர் மாமா. தன் ஒரே பெண்ணோடு அவனையும் தன் குடும்பத்தில் இணைத்துக்கொண்டார்.

மல்லிகாவும் அவனும் ஒன்றாகத்தான் சேர்ந்து வளர்ந்தார்கள். அத்தை, மகளைக் காட்டிலும் அவன் மேலேதான் அன்பைப் பொழிந்தாள்.

மல்லிகா எதிலும் தீவிரமானவள், அன்பு செய்வதிலும் கோபம் கொள்வதிலும். "கணேஷ்... உனக்கு இனிப்பு சேவு ரொம்பப் பிடிக்கும் இல்லே? இந்தா, என் பங்கையும் நீயே தின்னு"

என்று கொடுக்கவும் செயவாள். "டேய், நானும் என் பிரண்டும் சினிமாவுக்குப் போனதை அப்பாகிட்டே சொல்லிட்டேயில்லையா. இன்னும் மூணு மாசத்துக்கு உன்னோடு நான் பேச மாட்டேன் போ" என்று சொல்லிவிட்டுப் பேசாமலும் இருப்பாள். ஒரே வீட்டில், மூன்று மாச காலம் பேசாமலும் இருந்தவள் அவள்.

சௌத்திரிக்குக் கணேசனைப் பார்த்ததில் மிக்க மகிழ்ச்சி. "இந்த ஏழையின்பால் கருணை கூர்ந்து, என் குடிசைக்கு வருகை தந்தமைக்கு மிக்க நன்றி" என்றார் ஆங்கிலத்தில். மன்னர்களுக்கு முன்னால் குனிந்து சலாம் செய்யும் பாவனையில் வணங்கவும் செய்தார்.

மிஸஸ் சௌத்திரி சிரித்துக்கொண்டு வரவேற்றாள். கோடு போட்ட சில்க் கைலியும், பனியனும் அணிந்திருந்தாள். அழகாக வசதியாக இருந்தது அவள் ஆடை. வாங்கி அணைத்துக்கொள்ளும் சோபாவில் அமர்ந்தான் கணேஷ். "இந்த மாலைநேரம் வீணாகாமல் இருக்க, நல்ல கம்பெனி வராதா என்று ஏங்கிக் கிடந்தேன்." என்றார்.

"மிஸஸ் சௌத்திரியைவிட ஒரு நல்ல 'கம்பெனி' உங்களுக்குக் கிடைக்குமா சார்?"

"மிஸ்டர் கணேஷ், வருஷக் கணக்காகப் பார்த்துச் சலித்துப் போன முகம்தானே என்னுடயது. மிஸ்டர் சௌத்திரி ஒரு புது முகத்தைத் தேடுகிறார்."

"அப்படியா சார்?..."

"சேச்சே நெவர்... ஸ்டில் ஐ லவ் ஹெர்." என்றார் சௌத்திரி.

மிஸஸ் சௌத்திரியின் சிரிப்பு மிகவும் அழகாய் இருக்கும். அந்நியோன்யமான, உனக்காகத்தான் என்பது மாதிரியான தனிப்பட்ட சிரிப்பு அது.

"நீங்கள் என்னை நேசிப்பது உண்மையானால் எனக்கொரு வரம் தர வேண்டும்..." என்றாள் மிஸஸ் சௌத்திரி கணவனைப் பார்த்துக்கொண்டு.

"என்ன?"

"ஜெனரல் மானேஜரும், மானேஜரும் ஆபீஸ் விஷயங்களைப் பேசி இந்த மாலையை வீணாக்கிவிடக்கூடாது..."

பிரபஞ்சன் | 131

“துரோகி... எங்கள் கம்பெனி அவ்வளவு கிண்டலாகப் போய் விட்டதா உனக்கு...” என்று தன் மனைவியை அடிப்பதுபோலக் கையை ஓங்கினார். தப்பிப்பதுபோல எழுந்து ஓடினாள் அவள்.

கணேசன் அந்தத் தம்பதியரின் நெருக்கத்தை, விளையாட்டை, அன்பை ரசித்தான்.

சௌத்திரி தன் மனைவியைப் பார்த்துச் சொன்னார். “உனக்குத் தெரியுமோ? கணேஷ் நமக்கெல்லாம் முதலாளி ஆகப் போறார்...”

மிஸஸ் சௌத்திரி புரியாமல் விழித்தாள்.

“நம்ம ஷா கம்பெனி உரிமையாளர் மகளை நம்ம கணேஷ் கல்யாணம் பண்ணிக்கொள்ளப் போறார். கணேஷோட சுறுசுறுப்பு, திறமை, புத்திசாலித்தனத்துக்குக் கிடைச்ச வெகுமதி... டெல்லி, பம்பாய், பெங்களூர்னு கொத்துக் கொத்தா முளைச்சிருக்கிற எல்லா ஆலமரங்களுக்கும் எதிர்கால உரிமையாளரே இந்த கணேஷ்தான்.”

“ரியலி?” என்றாள் மிஸஸ் சௌத்திரி.

மகிழ்ச்சி வெளிப்படையாகப் பூத்திருந்தது அவள் முகத்தில். “என் வாழ்த்துக்கள்!” என்றாள்.

ஷாவின் ஒற்றை மகள் நினைவில் வந்து புன்னகைத்தாள் அவனைப் பார்த்து.

உறக்கம் வர மறுத்தது. மல்லிகாதான் மீண்டும் மீண்டும் வந்துகொண்டிருந்தாள் மனதில். அவளை மனைவியாக ஏற்று, ஒரு மூத்திரச்சந்தில், கொசு பிடுங்க ஒண்டுக் குடித்தனம் பண்ண இப்போது உடம்பிலும் வலு இல்லை. மூளை, மனம் இரண்டும் ஒத்துழைக்காது. கொஞ்ச காலமேனும், வசதி பழகிவிட்டிருந்தது. ஷாவின் ஒற்றை மகள். மிகப் பெரும் அந்தஸ்து. கோடிக்கணக்கில் வரவு செலவு செய்யும் ஒரு கம்பெனியின் மானேஜிங் டைரக்டர். நினைப்பே சுகம் தந்தது. அதே சமயம் மனசில் ஒரு மூலை வலிக்கவும் செய்தது. சின்ன வயசு முதல் அர்ப்பணத்தோடு சினேகித்த மல்லிகாவை நினைக்கும்போது.

படுத்திருந்த நுரைக் கட்டில், ஒரு கூட்டமே நடத்த வசதியான அந்தப் பெரிய படுக்கை அறை, அங்குல அங்குலமாக கரன்சியை அரைத்துப் பூசியிருக்கிற நிறுவனம் கொடுத்திருக்கிற கார்... எதையும் இழப்பதற்கில்லை.

கணேசன் ஒரு முடிவுக்கு வந்தான். லெட்டர் ஹெட்டை எடுத்து எழுதத் தொடங்கினான். மறுநாள் காலை விமான நிலையத்தில் கடிதத்தை டிரைவரிடம் கொடுத்து மாமாவிடம் சேர்ப்பிக்கச் சொன்னான். டில்லி பறந்தான் நிம்மதியான மனதோடு.

டிரைவர் உடனே தன் கடமையை நிறைவேற்றினான். மாமா வழக்கம்போல ஊஞ்சலில் இருந்தார். கடிதத்தை வாங்கினார், படித்தார்.

"அன்புள்ள மாமா, வணக்கம். இக்கடிதம் தங்களுக்கு வருத்தம் தரலாம். தரும். வேறு வழி இல்லை. நான் மல்லிகாவைக் கல்யாணம் செய்துகொள்வதற்கில்லை. எங்கள் நிறுவன உரிமையாளரின் மகளையே திருமணம் செய்துகொள்வது என்று தீர்மானித்துவிட்டேன். ஒரு நிரந்தரமான, சௌகர்யமான வாழ்க்கை எனக்குத் தேவைப்படுகிறது.

அனாதையாக இருந்தவன் நான். எனக்குச் சோறு போட்டு, படிக்க வைத்து இந்த நிலைக்கு ஆளாக்கியவர் தாங்கள். நன்றி கெட்டவன் என்று நீங்கள் சொல்லலாம். எதுவானாலும், மல்லிகா என்னை விரும்பலாம். நான் அவளை விரும்பவில்லை. என்னை மன்னியுங்கள்.

மல்லிகா திருமணத்துக்கு ஏற்பாடு செய்யுங்கள். செலவை நான் ஏற்றுக்கொள்கிறேன்...

"என்னப்பா லெட்டர்?" என்று வந்த மல்லிகாவிடம் கடிதத்தை நீட்டினார்.

விமானத்திலிருந்து இறங்கி, சடங்குகளை முடித்துக்கொண்டு வெளிவந்தவன் டிரைவரைத் தேடினான். அவன் கண்களில் மல்லிகா தட்டுப்பட்டாள். ஆச்சரியம். கொஞ்சம் பயமாகக்கூட இருந்தது.

இவள் எப்படி இங்கு? ஏன் என்றெல்லாம் குழம்பியது. பத்து லட்சம் ரூபாய் வியாபாரத்தை வெற்றிகரமாக முடித்து விட்ட உற்சாகம், உடனே அடையாற்றில் கடற்காற்று வாங்கிக்கொண்டிருக்கிற ஷாவிடம் சொல்லிப் பாராட்டு பெறப் போகிறோம் என்கிற எதிர்பார்ப்பு, அங்கே ப்ரீதி இருப்பாள் என்கிற குதூகலம் எல்லாம் ஒரே கணத்தில் மல்லிகாவைப் பார்த்த மாத்திரத்தில் சுருங்கிப்போய்விட்டன.

"ஹாய் மல்லிகா..."

மல்லிகா அவனைப் பார்த்துச் சிரித்தாள்.

"எங்க இவ்வளவு தூரம்?"

"உன்னைப் பார்க்கத்தான்."

"என்னையா..."

"ஆமா... உங்ககூடக் கொஞ்சம் பேசணும்..."

"இப்படியே உட்காரலாமா..."

"வேணாம். டிரைவரை அனுப்பிடு. நாம போய்க்கிட்டே பேசலாம்..."

பஸ் செலவுக்குப் பணம் கொடுத்து டிரைவரை அனுப்பிவிட்டு, கணேசனே காரை ஸ்டார்ட் செய்தான். மல்லிகா அவன் பக்கத்தில் அமர்ந்துகொண்டாள்.

கார் தார்ச்சாலையில் ஓடத் தொடங்கியதும் அவன் கேட்டான்.

"சொல்லு..."

"உன் லெட்டரைப் படிச்சேன்..."

"ஐ ஆம் சாரி மல்லிகா..."

"பரவாயில்லே... எனக்கு ஒரு விஷயம்தான் புரியல்லே..."

"என்ன?"

"உனக்கு என் மேலே விருப்பம் இல்லேன்னு எழுதியிருந்தே பாரு அது."

கணேசன் மௌனமாகச் சாலையையே வெறித்துப் பார்த்துக் கொண்டிருந்தான்.

"என்னை நீ புரிஞ்சுக்கணும் மல்லிகா."

"ஓ. எஸ்... கட்டாயம். முதல்லே எனக்குப் புரியாததைச் சொல்லு. நீ என்னை விரும்பினதே கிடையாதா?"

கணேசன் மவுனம் சாதித்தான்.

"ஏன் பேச மாட்டேங்கறே?"

"இல்லே மல்லிகா. உன் மேல எனக்கு எந்த விதமான ஆசையும் இல்லே..."

"அப்படீன்னா, எனக்கு சங்கடமா இருக்கு கணேஷ். சித்தப்பா சீரியஸா இருக்கிறதா தந்தி வந்து அப்பாவும் அம்மாவும் தஞ்சாவூர் போனாங்களே... அப்போ!"

கணேசன் முகத்தைத் திருப்பிக்கொண்டான்.

"என் மேலே ஆசையில்லாமதான் அப்படி நடந்துகிட்டியா? ஓரமா வண்டியை நிறுத்தேன்..."

நிறுத்தினான்.

"ப்ரீதி ரொம்பப் பணக்காரியோ?"

"ஊம்"

"ப்ரீதியைக் காட்டிலும் பணக்காரி இன்னொருத்தி கிடைச்சா, ப்ரீதியை உட்டுட்டுப் புதுசா வந்தவ பின்னால போயிடுவியா? ப்ரீதி உன் மேல எனக்கு ஆசை இல்லேன்னு சொல்லுவியா?"

அடிபட்ட உணர்வோடு தலையைக் கவிழ்ந்திருந்தான் கணேசன். லேசாகத் தலை திருப்பி அவளைப் பார்த்தான். அந்த இருட்டிலும் அவள் கண்கள் பளபளத்தன.

"போகலாமா?" என்றான் கணேசன்.

"எங்கே?"

"உன் வீட்டுக்குத்தான். உன்னை வீட்டுல விட்டுட்டு."

"எனக்கு நீ வழி காட்டறியா, கணேஷ்?"

"..."

"இப்ப நான் என்ன செய்யப் போறேன் தெரியுமா?"

"சொல்லு."

"இந்தப் பையில ரெண்டு பாட்டில் திராவகம் இருக்கு."

"திராவகமா? எதுக்கு?"

"உன் மூஞ்சியில் ஊத்தறதுக்கு."

"..."

"பயமா?"

"நீ ஜோக் பண்றே... உன்னால அதெல்லாம் செய்ய முடியாது."

"ஏன் முடியாது? நான் பெண். அதனாலயா...?"

“எங்கே? பாட்டிலைக் காட்டு.”

கணேசன் கை பாட்டிலை நோக்கி நீண்டது. மல்லிகா பையைத் தன் இடது கையால் பிடித்துக்கொண்டாள்.

ஏதேனும் விபரீதம் நடந்துவிடுமோ என அஞ்சுகிறான் கணேஷ். சில நிமிஷங்கள் கழித்து.

“சரி போகலாம்...” என்றாள் மல்லிகா.

“எங்கே?”

“என்னைச் சைதாப்பேட்டையில் விட்டுடு.”

சைதாப்பேட்டை பஸ் ஸ்டாண்டில் இறங்கிக்கொண்டாள் மல்லிகா.

“என்னை மன்னிச்சுடு மல்லிகா...” என்றான் கணேசன்.

“இட்ஸ் ஆல் ரைட்... நீ புறப்படு. குட் நைட்.” என்று கை அசைத்தாள்.

வீடு சேர்ந்து, வெறும் பாலை மட்டும் குடித்து முகம் கழுவிக்கொண்டு படுக்கையில் வந்து படுத்தவனை டெலிபோன் கூப்பிட்டது.

எடுத்தான். மறுபக்கத்தில் சௌத்திரி. பதற்றத்துடன் சொன்னார். “யாரோ ப்ரீதியின் முகத்தில் திராவகத்தை ஊற்றி விட்டார்கள். ஊற்றியவள் ஒரு பெண்.”

ரிசீவர் கணேசனின் கையிலிருந்து நழுவியது.

1985

சொந்த ஊர்

ஊருக்குப் போதல் என்பது மிகுந்த சந்தோஷமான அனுபவம் அவனுக்கு. அவன் பெயர் மூர்த்தி. அவனது ஊரின் பெயர், தேவையில்லை. ஒரு ரெண்டும் கெட்டான் நகரம். அழகும், அழுக்கும் உள்ள ஏதோ ஓர் இந்திய கிராமம். வங்கக் கடற்கரை ஓரம் உள்ள ஊர். கடல் அலைகள் மிகுந்த அழகியவை. வாழ்க்கை, முயற்சி, விடுதலை போன்ற பெரிய விஷயங்களை நமக்கு ஞாபகப் படுத்தக் கூடியவை. கடற்கரை மணலில், மாலை உலாவுக்கு வந்த மக்கள் தங்களால் சாத்தியப்பட்ட அளவில் சீரழிவு செய்வார்கள். கடல் யாரையும் கோபிப்பதில்லை.

பிரயாணத்தில் உள்ள மகிழ்ச்சி என்பது பிரயாண முஸ்தீபுகளில் மட்டும் அடங்கிய ஒன்று. கல்யாண மகிழ்ச்சி என்பது போன்றது இது. ஊருக்குப் புறப்படுவது என்று தீர்மானமான அந்தக் காலத்தில் இரத்தம் வேகமாகப் பெருக்கெடுக்கும். இருதயம் வேகமாகத் துடிக்கும். ஊருக்குப் புறப்படுகையில் இல்லாமல் போவது இரண்டு. ஒன்று பணம். இரண்டு ஜட்டி பனியன்கள். யாரிடம் பணம் கேட்பது என்கிற யோசனையில் ஜட்டியையும் பனியனையும் துவைத்துக் காயப் போட வேண்டும். துவைத்து முடிப்பதற்குள், யாரைக் கேட்பது என்பது முடிவாகியிருக்கும். மூர்த்திக்கு சுக்லா என்கிற சினேகிதன் ஒருத்தன் இருந்தான். பசையுள்ளவன், படித்தவன் என்று எல்லோரும் அவனைச் சொல்வார்கள். மூர்த்திக்குப் பணச்

சங்கடம் ஏற்படும் போதெல்லாம் சுக்லா உதவுவது வழக்கம். அன்றும் சுக்லாவிடம் சென்றான் மூர்த்தி.

“திடீரென்று எதற்கு ஊருக்கு?” என்று சுக்லா கேட்டான்.

ஊரில் மூர்த்திக்கு ஒரு மனைவியும் இரு குழந்தைகளும் இருக்கிறார்கள் என்பதை சுக்லா அறிவான்தான். எனினும் ‘திடீரென்று எதற்கு குடி’, ‘திடீரென்று எதற்கு விபசாரம்’, ‘திடீரென்று எதற்கு டாய்லெட் போகிறாய்’ என்பது போன்ற அசம்பாவிதக் கேள்விகளைக் கேட்பதுபோல, அக்கேள்வியை அவன் கேட்டான். அவன் பசையுள்ளவன்.

“மனைவிக்கு உடல் நலம் இல்லை” என்றான் மூர்த்தி. அது பொய். அறிந்து சொன்ன பொய். அதனால் மூர்த்தியின் மனம் சுடவில்லை. யாருக்கும் தீங்கு ஏற்படாத எல்லைக் கோட்டுக்குள் நின்று பொய் சொல்லலாம் என்கிறது தமிழ் வேதம். சுமார் மூன்று மணி நேர சம்பாஷணைக்குப் பிறகு, சுக்லா ஐநூறு ரூபாய் கொடுத்தான். மூர்த்தியின் உயரம் ஆறடி இரண்டு அங்குலம். மார்புச் சுற்றளவு முப்பத்தெட்டு அங்குலம். பணம் வாங்கும்போது உயரத்திலும் பருமனிலும் அவன் குன்றித்தான் போயிருந்தான்.

சுமதிக்கு ஒரு புடவையும், பெரியவனுக்கும் சின்னவனுக்கும் ‘டீ’ சர்ட்டுகளும் வாங்கினான் மூர்த்தி. ஜட்டி கிழிந்திருந்தது. எனினும் தனக்கு ஒன்றும் வாங்கிக்கொள்ளவில்லை அவன். தோன்றவில்லை என்பதுதான் காரணம். மாலை மயங்கும் நேரத்தில் மூர்த்தி ஊர் போய்ச் சேர்ந்தான். பெரியவன் உடல் மிகவும் இளைத்துப் போய்விட்டதாக சுமதி கடிதம் எழுதியிருந்தது அப்போது அவன் நினைவுக்கு வரவே, பஸ் ஸ்டாண்டில் ஆப்பிள்களும் சாத்துக்குடிப் பழமும் அவன் வாங்கினான். ஆப்பிள் ஒன்றின் விலை மூன்று ரூபாய். சாத்துக்குடி இரண்டு ரூபாய். ஒவ்வொன்றிலும் ஆறு வாங்கினான் அவன்.

வீடு ஒவ்வொரு முறையும் அவன் வரும்போது மேலும் இருண்டு போய்விடுவதாக ஏனோ மூர்த்திக்குத் தோன்றும். சுவர்க்காரைகள் மேலும் இற்று விழுந்திருக்கும். வீட்டுக்குள் குத்துக் குத்தாக இருண்டிருந்தது. சுமதி பக்கத்து வீட்டுப் பெண்ணுடன் சினிமாவுக்குப் போயிருந்தாள்.

பிள்ளைகள் இருவரும் வீட்டில் இல்லை. வேலைக்கு உதவுகிற பெண் காபி போட்டுக் கொடுத்தாள். பால் வாசனைத் தூக்கலான, காபி என்கிற வஸ்து காணாமல் போன ஒரு காபி.

குடித்துவிட்டு, குளித்து லுங்கி அணிந்துகொண்டு சுமதிக்காகவும், குழந்தைகளுக்காகவும் காத்திருந்தான் அவன்.

முதலில் திரும்பியவன் பெரியவன்தான். அப்போது மணி ஒன்பதைத் தாண்டியிருந்தது.

அவனைப் பார்த்துச் சிரித்துவிட்டு, கைகால் கழுவிக்கொண்டு வேலைக்காரப் பெண் பரிமாற, சாப்பிட்டான் பெரியவன். 'அப்பா சாப்பிடுங்களேன்' என்று அவன் சொல்லவில்லை.

சாப்பிட்டு வந்ததும், மேஜைக்கு முன் அமர்ந்து பள்ளிப்பாடம் படிக்கத் தொடங்கினான். மூர்த்தி அவனுக்கான சட்டையை எடுத்து அவன் முன் வைத்தான்.

"எப்படியிருக்கு?" என்றான்.

பெரியவன் அச்சட்டையைப் புரட்டிப் பார்த்துவிட்டு, புஸ்தக அடுக்கின் மேல் வைத்தான்.

"எப்படியிருக்கு, நல்லாயிருக்கில்லையா?"

"இது மாதிரி ஒன்று என்னிடம் இருக்கு. அம்மா வாங்கிக் கொடுத்துட்டாங்க."

மூர்த்தி வந்து கட்டிலில் சாய்ந்துகொண்டான்.

அடுத்த அரை மணியில் சின்னவன் வந்தான். பக்கத்து வீட்டில் டி.வி. பார்த்துவிட்டுத் திரும்பினானாம். "நம் வீட்டிலும் அம்மா டி.வி. வாங்கப் போறாங்க" என்றான் சின்னவன்.

"அப்படியா?" என்றான் மூர்த்தி.

பத்து மணிக்கு மேல் சுமதி வந்து சேர்ந்தாள்.

"அட... எப்போ வந்தீங்க. ஒரு தபால் போடக்கூடாதா வர்றேன்னு? நான் வீட்டிலேயே இருந்திருப்பேனே...?"

சுமதி முகம் கழுவிவிட்டு வந்து, துணி மாற்றிக்கொண்டாள்.

"சாப்பிட்டாச்சா?" என்றாள் சுமதி.

"இல்லை" என்றான் மூர்த்தி.

"ரஸம்தான் இருக்கு. தொட்டுக்க, சரியா எதுவும் இல்லை. ஓட்டலில் வாங்கியாரச் சொல்லட்டுமா?"

"ஓட்டலிலா? வருஷக் கணக்கா ஓட்டல்லே சாப்பிட்டு, ஓட்டலே வெறுத்துப் போச்சு."

"முட்டை வாங்கி ஆம்லட் பண்ணட்டுமா?"

“எதுக்கு சிரமம்? வேணாம்”

“ஊகும்... விருந்தாளி மாதிரி வந்திருக்கீங்க...”

முட்டை வாங்கி வந்து ஆம்லட் போட்டுத்தான் சோறு பரிமாறினாள் அவள்.

ஓர் அறையும், அறையை ஒட்டிய ஹாலும், குளியல் அறையும் கொண்டது அந்த வீடு. ஹாலில் சின்னவனும், வேலைக்காரப் பெண்ணும் படுத்திருக்கிறார்கள். அந்த அறையில் படுக்கையும், மேஜை நாற்காலியும் இருந்தன. விளக்கைப் போட்டுக்கொண்டு பெரியவன் படித்துக்கொண்டிருந்தான்.

“மணி பன்னிரண்டாகப் போகுது... போய்ப் படேன்டா... நாளைக்குப் படிக்கலாம்” என்றாள் சுமதி பெரியவனைப் பார்த்து.

“உஸ்... சும்மா இரு” என்றான் அவன்.

அடுத்த நாள் ஞாயிற்றுக் கிழமைதான் என்று மூர்த்தி நினைத்தான். மூர்த்தியின் சிகரெட்டுகள் தீர்ந்து போயிருந்தன. வெளியே போய் சிகரெட் வாங்கி வந்தான். பெரியவன் கட்டிலில், அறைக்குள்ளேயே படுத்திருந்தான்.

“ஹாலில் ஃபேன் இல்லையாம், இங்கேதான் படுத்துக்குவானாம்” என்றாள் சுமதி. அடங்கிய குரலில் ஏதோ தப்பு செய்த உணர்வு அவள் குரலில் இருந்தது. “பரவாயில்லை” என்றான் மூர்த்தி.

பெரியவனுக்கு அருகில் மூர்த்தி படுத்துக்கொண்டான். சுமதி, பாயை விரித்துத் தரையில் படுத்தாள்.

மூர்த்தி வாங்கி வந்த புடவை சுமதிக்குச் சந்தோஷம் அளித்ததாகத் தெரியவில்லை. “இது போன்ற மஞ்சள் வர்ணப் புடவைகள் என்னிடம் ஆறு இருக்கின்றன” என்றாள். “அது என்ன, எப்போது புடவை வாங்கினாலும் மஞ்சளும், மஞ்சளை விட்டால் நீலமுமாகவே வாங்குகிறீர்கள்” என்று சலித்துக்கொண்டாள்.

கட்டிலில் பகல் முழுக்கப் படுத்தும், புகைத்தும் பொழுதைப் போக்கினான் மூர்த்தி.

சுமதி, வழக்கத்தைவிட கூடுதலாக அவன் பொருட்டு சமையல்கட்டில் வேலை செய்ய வேண்டியிருந்தது. அன்று மதியம் மீன் குழம்பும், மீன் வறுவலும், சுறாமீன் புட்டும், நண்டுக் கறியும், கீரையும் அவள் செய்திருந்தாள்.

"எதுக்கு இத்தனை?"

"சும்மா சாப்பிடுங்கள். வராதவர் வந்திருக்கிறீர்கள்" என்றாள் சுமதி.

மூர்த்தியின் இருப்பு அனைவரையும் சங்கடப்படுத்தியது தெரிந்தது. பெரியவன் படிக்கவும், படுக்கவும், சங்கடப்பட்டது தெரிந்தது. சின்னவனுக்கு அவன் சௌகரியம்போல வெளியே சென்று வர, அப்பா இடைஞ்சலாக இருக்கிறார் என்பதுபோலப் பட்டது. சுமதிக்குத் தான் காரணமாக, அடுப்படியில் மிக நீண்ட நேரம் இருக்க வேண்டியிருப்பதாக அவனுக்குப்பட்டது. அவனுக்கேகூட ஒரு விடுதியில், அதிகம் நெருக்கம் இல்லாத ஒரு நண்பனின் வீட்டில் இருப்பதாகத் தோன்ற ஆரம்பித்தது. வழக்கத்துக்கு மாறாக அதிக சிகரெட்டுகளை இந்தச் சமயத்தில் அவன் புகைத்தான்.

திங்கள் அன்று மூர்த்தி ஊர் திரும்பிவிட்டான்.

அறையைத் திறந்தபோது, குப்பென்று ஒரு புழுங்கல் வாடை அறையிலிருந்து வெளி வந்தது. சட்டை பேன்ட்டைக் கலைத்துவிட்டு லுங்கியை அணிந்துகொண்டு படுக்கையில் படுத்தான். இரண்டு மூன்று தபால்கள் அவனுக்கு வந்திருந்தன. யார் என்பதிலோ, என்ன எழுதியிருப்பார்கள் என்பதிலோ அவனுக்கு ஈடுபாடு எழவில்லை.

உறக்கம் அவனைத் தன்பால் இழுத்தது. இரண்டு இரவுகளும், இரண்டு பகல்களும் உறங்காமலேயே கழித்திருந்த அவன் உறங்கத் தொடங்கினான்.

1986

தோழமை என்பது

"*ச*தீஷ்! இவர்தான் மிஸ்டர் ராயர். இந்த கம்பெனியின் தூண்களில் ஒருவர் என்று அறிந்து கொள்ளுங்கள். என் அப்பா காலத்தில் வந்தார். முப்பத்தெட்டு வருஷங்களாக இந்த ஸ்தாபனத்துக்காக உழைத்திருக்கிறார். அதனால், களைத்தும் இருக்கிறார். இவர் உதவிக்காகத்தான் நீங்கள் வந்திருக்கிறீர்கள். ராயரின் சுமையைச் சரி பாதியாக நீங்கள் பகிர்ந்துகொள்ளுங்கள். மிஸ்டர் ராயர், உங்களுக்கு நிகரான பதவியில் இந்த இளைஞர் சதீஷை நியமனம் செய்திருக்கிறேன். இவருக்கு நம் வியாபார விஷயங்களை விளக்குங்கள். நீங்கள் ஓய்வு பெற்றால், உங்கள் இடத்தில் இருந்து பணி செய்யப் போகிறவர் சதீஷ். அதற்குத் தக இவரைத் தயாரிக்க வேண்டியது உங்கள் கடமை. சரிதானா?" என்றார். தமிழகத் தலைநகரில், இதயம் போன்று இருப்பதான மலைச் சாலையில், பன்னிரண்டு அடுக்குச் சொந்தக் கட்டடத்தில், ஆண்டுக்குப் பல கோடி ரூபாய் வரவு செலவு செய்யும் ஸ்தாபனத்தின் எம்.டி.கிருஷ்ணகுமார்.

ராயர் எழுந்து நின்று தன் முதலாளியைப் பார்த்துப் பணிவாக, "ஹோ... ஷ்யூர்" என்றவர், சதீஷின் கைகளைப் பற்றிக்கொண்டு, "உங்களுக்கு நல்வரவு" என்றார். கிருஷ்ணகுமார் நகர்ந்து வெளியே சென்றதும், "உட்கார்ந்து கொள்ளுங்கள் மிஸ்டர் சதீஷ்" என்றும் உபசரித்தார்.

சதீஷ், ராயரின் முன் அமர்ந்தான். சலவை வேஷ்டி மாதிரி இருந்தது ராயரின் சற்றே மிகுந்திருந்த தலை முடியும், மீசையும். ஒரு சின்ன தண்ணீர்க்

குடத்தைச் சட்டைக்குள் வைத்து மூடி வைத்தாற் போன்ற வயிறும், வீங்கிய கண்களுமாய் இருந்தார்.

"உங்களுக்கு என்ன வயசு மிஸ்டர் சதீஷ்" என்றார் ராயர்.

"இருபத்து ஏழு சார்."

"எனக்கு ஐம்பத்து எட்டு சரியாக என் இருபது வயசில், இந்த ஸ்தாபனத்தில் நுழைந்தேன். கல்யாணம் பண்ணிக்கொண்டேன். மூன்று பெண்களைப் பெற்றேன். படிக்க வைத்தேன். நல்ல இடமாகப் பார்த்துக் கட்டிக் கொடுத்தேன். பேரன், பேத்திகள் எடுத்தேன். எம்.டி சொன்னதும்தான் தெரிகிறது. எனக்கும் ஓலை கிழியப் போகும் நேரம் வந்துவிட்டதென்று. துளிர்கள் வந்தால், சருகுகள் கழண்டு விழ வேண்டியது நியாயம்தானே..." என்றார் கசப்பும், நிராதரவும் தொனிக்கும் குரலில்.

ஒரு வயதான மனிதர், சந்தித்த சில நிமிஷங்களுக்குள் தன்னிடம் இவ்வாறு பேசியது மிகச் சங்கடமாக இருந்தது சதீஷுக்கு.

"நீங்கள் அப்படியெல்லாம் நினைக்க வேண்டிய அவசியம் இல்லை."

"நான் எப்படியெல்லாம் நினைப்பதாக நீங்கள் தெரிந்துகொண்டீர்கள்?"

"அதாவது, நான் வந்துவிட்டதால் உங்கள் உத்தியோகத்துக்கு பழுது வந்துவிடும் என்று நினைப்பதாகத் தெரிகிறது. அது தேவையில்லை என்று சொல்ல வந்தேன். இந்த ஸ்தாபனம் உங்களை வேலையைவிட்டு அனுப்பாது. நீங்களே விரும்பிப் போகாதவரை"

"எப்படிச் சொல்கிறீர்கள்?"

"பழம் பெரும் ஸ்தாபனங்கள் சில நியதிகளை வைத்திருக்கும். அவற்றை அவை பொதுவாக மீறுவதில்லை. அது மாத்திரமில்லாமல், எம்.டி. தங்களை எனக்கு அறிமுகப்படுத்துகையில், தங்கள் மேல் அவருக்கு இருந்த ஈடுபாடும் புரிந்தது. மேலும், என்னைத் தங்களுக்கு அவர் அறிமுகப்படுத்தினார் என்பதைக் காட்டிலும், தாங்கள் யார், தங்கள் தகுதி என்ன, நான் எவ்வாறு தங்களுடன் பழக வேண்டும் என்று அவர் எதிர்பார்க்கிறார் என்பதை எனக்கு விளக்கினார் என்றே நான் எடுத்துக்கொண்டேன்"

ராயர், சதீஷைப் பார்த்துப் புன்னகைத்து, "நீங்கள் புத்திசாலி" என்றார்.

மிகப் பெரும் நிறுவனத்தில் சதீஷுக்குப் பணி கிடைத்ததில் அவன் நண்பர்களுக்கு மகிழ்ச்சி. அவனுக்கும்தான். அதை அவன் தக்கவைத்துக்கொள்ள வேண்டும். கொள்வதென்றால், அந்த நிறுவனத்துக்கு அவன் அத்தியாவசியமானவன் என்பதை அதன் முதலாளி உணரும்படிச் செய்ய வேண்டும். அதனினும் முக்கியமானது, அவனுக்கு உத்தியோகபூர்வமாகச் சமமானவர்தான் எனினும், தன்னிலும் பல்லாண்டுகள் அனுபவம் கொண்டவராகிய ராயரின் அன்பையும் ஆதரவையும் சம்பாதிக்க வேண்டும் என்பதை உணர்ந்தான். ஏனெனில், இரண்டு ஊழியர்களுக்குள் பிணக்கு ஏற்படுகையில், நிர்வாகம் திறமைசாலிகளை அல்ல, மிக நீண்ட காலம் தன் நிறுவனத்துக்கு உழைத்தவரையே சார்ந்தும், ஆதரித்தும் நிற்கும் என்கிற பால பாடத்தையும் அவன் நன்கு அறிவான்.

பழைமையின்மீது மனிதர்க்கு எப்போதும் மரியாதை. இது ஆயிரம் வருஷத்துக் கல் என்றால், மனிதர் அதைக் கும்பிடவும் தயார். அந்த நிறுவனம் ஏழாவது மாடியில் இயங்கியது. சினிமா தியேட்டர்களுக்கே உரிய, பரந்த அகலமான அதன் வாயிலில் இருந்தே, இரண்டு அங்குலம் பருமனான கார்பெட் விரிப்பு தொடங்கிவிடுகிறது. இளம் பச்சை வண்ணத்தில் திண்டு திண்டான சோபாக்கள், காற்றில் பரவிய சுகந்த மணம், சலவை செய்யப்பட்ட துணி மாதிரி மனிதர்கள் நிறைந்த அந்த நிறுவனத்தில், ராயர் போன்றவர்களும் ஓர் அலங்காரப் பொருள்தான். "எங்கள் நிறுவனத்தின் மிகப் பழைய ஊழியர்" என்று ராயர் போன்றவர்களைத் தன் நண்பர்களுக்கு அறிமுகப்படுத்தி, எம்.டி. மகிழ்ந்துகொள்ள ஒரு சரித்திர நினைவுச் சின்னம். ராயர், வளர்ந்து வரும் வியாபார புது உத்திகளுக்கேற்ப சிந்திக்கக் கூடியவர் அல்லர் என்பதை நிறுவனம் அறியும். எனினும் ராயர்களும் அதற்கு வேண்டும்தான்.

ஆகவே, சதீஷ் மிகக் கூர்மையாக, விழிப்பாகச் செயல்பட வேண்டியிருந்தது.

"நம். எம்.டி. இப்படிச் செய்திருக்கக்கூடாது..." என்றார் ராயர். சதீஷிடம்.

"எதைச் சொல்கிறீர்கள்?"

"திடுதிப்பென்று நமக்குச் சம்பந்தமில்லாத, இந்த சைக்கிள் டயர் விற்பனைப் பொறுப்பை எதற்கு எடுத்துக்கொள்வது.? நாம் உணவுப் பொருள்களை விற்பவர்கள். நமக்கு என்னத்துக்கு டயரும், டியூபும்? இது மார்க்கெட் பிடிக்க எவ்வளவு காலம் ஆகும்? இதனால் நமக்கு ஏற்பட இருக்கும் பொருள் நஷ்டம்? அனுபவம் இல்லாதவராக இருக்கிறார். இவர் அப்பா இப்படியெல்லாம் செய்வதில்லை. எப்போதும் என்னைக் கலந்து ஆலோசித்துத்தான் செய்வார்..."

ராயரின் ஆதங்கம் சதீஷுக்குப் புரிந்தது. அவர் கவலை, தெரியாத துறையில் எம்.டி.க்கு ஏற்படும் நஷ்டம் இல்லை, தான் கலக்கப்படாமல் அவர் முடிவெடுத்ததே என்பதை சதீஷ் உணர்ந்தான்.

"தெரிந்தோ, தெரியாமலோ எடுத்துவிட்டார். அனுபவம் மிக்கத் தங்களைப் போன்றவர்கள் இருக்கிறார்கள் என்கிற நம்பிக்கையாலேதான் சார்! சிந்திப்போம். கடுமையாக உழைப்போம். வெற்றி நம் கதவைத் தட்டாமலா போய்விடும்!"

"உனக்கு நம்பிக்கை இருக்கிறதா?"

"இருக்கிறது"

"நீ பொறுப்பை எடுத்துக்கொள்கிறாயா?"

"எடுத்துக்கொள்கிறேன் சார்."

"விஷ் யூ ஆல் தி பெஸ்ட்."

"மிக்க நன்றி சார்."

சதீஷ் மகிழ்ந்தான். தனக்குச் சுயேச்சையாகப் பொறுப் பளிக்கப்பட்டிருக்கிறது என்பதனால் மட்டும் அல்ல! ராயருக்குத் தன்மேல் ஏற்பட்டுள்ள நம்பிக்கைக்காக மற்றும் நெருக்கத்துக்காக. நெருக்கத்தின் அடையாளமாகத்தானே, தன்னை நீங்கள் என்பவர் நீ என்றது?

"என்ன சொல்கிறார் ராயர்? இந்த என் முயற்சி முட்டாள்தனம் என்கிறாரா?" என்றார் எம்.டி.

"அப்படிச் சொல்லவில்லை சார். மார்க்கெட் பிடிப்பது சற்றுச் சிரமமாக இருக்கும் என்கிறார்."

"அதனால்தான் டயர் ஃபைலை உங்களிடம் தள்ளிவிட்டாரா?"

"அவரும் மிகுந்த உதவியாகத்தான் இருக்கிறார் சார்?"

“உதவியாகவா?” என்றார் எம்.டி. ஆச்சர்யத்துடன் தொடர்ந்து.

“உங்களை அவர் ஏற்றுக்கொண்டார் என்று சொல்லுங்கள்” என்றார்.

“நிச்சயமாய்.”

“எனக்குக் கவலை விட்டது. ராயர் முரண்டு பிடிப்பார் என்று எதிர்பார்த்தேன். தனி ஒருவராக அதிகாரம் செலுத்தியவர், பங்குகொள்ள வந்திருக்கும் உங்களை ஏற்பாரோ என்று சந்தேகித்தேன்.”

“எங்களுக்குள் ஒரு பிரச்சினையும் இல்லை சார்.”

“நல்லது. நிறுவனத்துக்கு அறிவுபூர்வமாக அவரால் ஒரு உதவியும் இல்லை. புதுமையாகச் சிந்திக்க அவரால் முடியவில்லை. நீங்கள்தான் அந்த வகையில் அந்த வெற்றிடத்தை நிரப்ப வேண்டும்.”

“அப்படியும் இல்லை சார். டயர் விளம்பரம் குறித்த அந்த முக்கிய அம்சத்தைச் சொன்னவர் அவர்தான்.”

“எதைச் சொல்கிறீர்கள்?”

“நம் இந்திய கிராமத்து இளைஞர்கள், சைக்கிளை ஒரு சிறு லாரியைப்போல, பொருள்களைச் சுமந்து செல்லவும், ‘டபிள்ஸ்’ ஏற்றிக்கொண்டு பக்கத்து ஊருக்குப் போகவும்தான் பயன்படுத்துகிறார்கள் என்கிற அம்சத்தைச் சொன்னவர் அவர்தான். அதன் அடிப்படையில்தான், ‘எவ்வளவு கனத்தையும் தாங்கும் டயர் இது’ என்று விளம்பரம் கொடுத்தோம். ‘மார்க்கட்’டையும் பிடித்தோம்.”

“ரியலி?”

“ஆம் சார்.”

“ராயர் இன்னும் அணைந்து போகாமல்தான் இருக்கிறார் என்று சொல்லுங்கள்” என்றார் எம்.டி. மகிழ்ச்சியுடன்.

எம்.டி அறையிலிருந்து திரும்பிய சதீஷைப் பிடித்துக்கொண்டார் ராயர்.

“என்ன சொல்றார்?”

“சும்மா, விற்பனைப் புள்ளிகளைப் பார்வையிட்டார்.”

“வேறே ஒண்ணும் சொல்லலையா?”

“இல்லையே சார்.”

“பார் இதுவே, இவன் அப்பனாக இருந்தால், உன்னைத் தலைக்கு மேல் தூக்கி உக்கார்த்தி வச்சுக்குவான் இந்த நேரம். புது வியாபாரம். ஆறே மாசத்துல டயர் சக்கை போடு போடுது. வாயைத் திறந்து உன்னை அவன் பாராட்ட வேண்டுமா? வேண்டாமா? சுத்த சின்னப் பயல்.”

ராயர் சொல்லி முடிக்குமுன் எம்.டி.யின் அட்டெண்டர் தோன்றி, எம்.டி. ராயரை அழைப்பதாக அறிவித்தான்.

கடற்கரையைப் பார்த்திருக்கும் ஹோட்டலில் அமர்ந்திருந்தார்கள் ராயரும் சதீஷும். மொட்டைமாடிப் பூங்காவையும், மங்கிய வெளிச்சத்தையும், சற்றே மென்மையுடன் மிதந்து வரும் சங்கீதத்தையும் ரசித்தவாறு இருந்தான் சதீஷ். ராயர், கன்னத்தில் கை வைத்துக்கொண்டு கடலையே பார்த்துக்கொண்டிருந்தார். திடுமென சதீஷைப் பார்த்துச் சொன்னார்.

“என்னை இப்படிச் சின்னப் பையனா, அடிச்சுட்டியே சதீஷ். ஐம்பத்தொன்பது கிழவனை, உனக்கு முன்னாலே அரை டவுசர் பையனா, குறுக வச்சுட்டையே...”

“என்ன சார் சொல்றீங்க?”

“அதுதான், எம்.டி.கிட்டே, உன் யோசனைகளையெல்லாம் உன் உழைப்பையெல்லாம் எம் மேல போட்டுட்டு, உன் கழுத்துக்கு வர்ற மாலையை என் தோளுக்கு மாத்தினியே, அதைத்தான் சொல்றேன்”

“ஏன், நீங்களும்தானே எனக்கு ‘ஹெல்ப்’ பண்ணீங்க?”

“எப்படி வந்ததுப்பா, உனக்கு இந்தப் பெரிய மனசு? எங்கே படிச்ச இதை? ஒவ்வொருத்தனும் யார், யாருடையதையோ தன்னோடதுன்னு சொல்லிட்டுக் ‘கிரீடம்’ சூட்டிக்கிட்டு திரியறான். நீ என்னடான்னா... எப்படி... எப்படி இது பண்ணணும்னு தோணிச்சு. இந்தக் கெழவனுக்குக் கடைசி காலத்திலே ஒரு மரியாதையைத் தேடிக் கொடுத்திட்டையே” ராயரின் கண்கள் கலங்கியதை அந்த மங்கிய ஒளியிலும் பார்த்தான் சதீஷ்.

“சும்மா இருங்க சார். என்ன சாப்பிடலாம்?”

"இன்னைக்கு என் செலவுதான். ஸ்வீட், காரம், காபி எல்லாம். பில்லைக் கொடுப்பேன் என்றாயோ, உதைதான் வாங்குவே..."

"என்னை உதைக்கலாம் சார். பெரியவர் உதைத்தால் பெருமாள் உதைத்தது மாதிரியில்லையா?"

ராயர் சிரிக்கும் பெருஞ்சத்தத்தைக் கேட்டு, பக்கத்து மேசையில் இருந்தவர்கள் எல்லாம் திரும்பிப் பார்த்தார்கள்.

1987

நெருப்பைப் பொட்டலம் கட்ட முடியாது

"நட்ராஜ், ரெடியா?"

"ரெடி சார்"

"ஒருமுறை ஆர்க்கெஸ்ட்ராவோட சேர்ந்து பாடிடு. அடுத்து 'டேக்'தான்"

"எஸ் சார்"

"சண்முகம், ஒரு 'பைனல்' பார்த்துடுவமா?"

"பார்க்கலாம் சார்"

"பென்னி, கிதார் சவுண்டே வரல்லேப்பா... கவனி"

"கவனிக்கிறேன் சார்"

"ரிதம்"

"எஸ் சார்"

"குமுக்கு முழுசா வரணும், முருகேஷ் ஏன் சிதறுது? உங்க கவனம் இப்போல்லாம் இங்க இருக்கிறது இல்லை. நடிகராயிட்டிங்க."

"அப்படி இல்லே அண்ணே? நமக்கு முதல் உசுரு லயப்பொட்டிதான் அண்ணே. பாருங்க, சரியா."

முருகேஷ் ஒரு குமுக்கா வைத்தார். ஓர் உருண்டைக் கூழாங்கல் மாதிரி அது முழுசாக வந்து விழுந்தது.

"குட்."

"நட்ராஜ்."

"சொல்லுங்க சார்"

"பல்லவி கடைசியா, 'பமகக' பாடறே இல்லையா? அதை 'சசரிக'ன்னு மாத்தி பாடிடுப்பா."

"பாருங்க சார்..." என்றுவிட்டு பல்லவி தொடங்கி முடித்து, இதயராஜ் சொன்ன திருத்தத்தின்படி பாடி நிறுத்தினான் நட்ராஜ்.

"வெரிகுட்" என்றான் இதயராஜ்.

"ஓ.கே. ஒரு பைனல் போலாமா?"

"போலாம் சார்" என்றார் கண்டக்டர் சண்முகம்.

இசைக்குழுவினர் இருந்த அறைகளிலிருந்து அனாவசிய சத்தங்கள் இதயராஜுக்கு வந்தன.

முத்து, பாஸ்கரிடம் சொல்லிக்கொண்டிருந்தான்.

"வரவர சாமிநாதன் சார் இப்பல்லாம் என்னைக் கூப்பிடறது இல்லை பாஸ்கர். இதயராஜ்கிட்டே வந்துட்டேன்னு அவரு கோபப்படறார். 'பிஸி'யா இருக்கிறவங்களோடதானே நாம் சேர்ந்து இருக்க முடியும்? சாமிநாதன் பெரிய மியூசிக் டைரக்டர்தான். ஆனா, 'டைம்' இதயராஜுக்குதானே நல்லா இருக்கு."

முத்து, பாஸ்கரிடம் சொன்னது 'ஒயர்' வழியாக இதயராஜுக்கும் சென்று சேர்ந்தது.

இதயராஜின் மன ஒன்றிப்பை முத்துவின் பேச்சு சிதைத்தது.

"யாரது சலசலன்னு பேசிக்கிட்டு இருக்கிறது?" என்றார் இருதயராஜ்.

ஒரு அசாதாரண மௌனம் அங்கு நிலவியது.

'ஒரு பைனல்.'

பைனல் முடிந்து டேக்கும் முடிந்தது, இனிமையாக.

பல்லவியை மீண்டும் முணுமுணுத்தான் நட்ராஜ்.

'உன்னை நான் அறிந்தபோது
என்னை நான் அறிந்தேன்
என்னை நான் அறிந்த பின்பு
மண்ணை நான் அறிந்தேன்.
தேனில் விழுந்த ஈயானேன்
நானே எரிந்து தீயானேன்'

பல்லவி நன்றாக வந்திருப்பதாக நினைத்தான் அவன். வீரமுத்துதான் எழுதியிருந்தார். ட்யூன் இன்னும் இந்தியாவுக்கு வந்திராத கேசட்டிலிருந்து உல்ட்டா பண்ணியது என்றாலும், இதயராஜ் அதில் மோகனத்தைக் கலந்து, கொஞ்சம் அடாணாவையும் இணைத்துப் பிசைந்து கேட்கும்படியாகச் செய்து விட்டிருந்தார்.

பாட்டுக் கூலியை வாங்கிக்கொண்டிருந்தபோது. தயாரிப்பாளர் தேவதாசு அவனையும் இதயராஜையும் பார்த்துப் பொதுவாகச் சொன்னார்.

"நட்ராஜ் ரொம்ப நல்லா பாடிட்டான் அண்ணே, அவன் டிராக் சிங்கர்னே நினைக்க முடியலை. அசல், கண்ணை மூடிக்கிட்டுக் கேட்டா, பாலு பாடறது மாதிரியே இருக்கு, இல்லீங்களா அண்ணே!"

இதயராஜ் அதிகம் பேசாதவர் என்று பெயர் வாங்கியிருந்தவர். சாமியார் என்றும் அவரைச் சொல்வார்கள். அவரே சொன்னார். "நட்ராஜ், நல்லா பாடிட்டே, பாலுவை இமிடேட் பண்ணறதை நீ விடணும். விட்டுறு. சீக்கிரமே நீ பாட நான் வாய்ப்பு தர்றேன்."

"ரொம்ப தாங்க்ஸ் சார்" என்றான் நட்ராஜ்.

"டூப் ஆர்டிஸ்ட் ரெடியா?"

"ரெடி சார்" என்றாள் கல்பனா.

கல்பனாவிடம் சொன்னார் டைரக்டர்.

"கல்பனா, அதோ சாக்பீஸில் மார்க் பண்ணியிருக்கு பார், அதான் உன் பொசிஷன். அங்கிருந்து நீ எகிறி அவனைக் காலால் உதைக்க வேணும். உதைத்துவிட்டு அப்படியே கீழே விழறே. விழும்போது குப்புற விழணும். முகத்தைக் கேமரா பக்கம் திருப்பிடாதே..."

"சரி சார்."

"லைட்ஸ்."

"பர்னிங் சார்."

"கேமரா."

"ரன்னிங் சார்."

"ஆக்ஷன்."

கல்பனா ஓடி வந்து எகிறிக் குதித்து, அவன் கன்னத்துக்குக் காலைக் கொண்டுவந்தாள். அவள் காலுக்குச் சரியாகக் கன்னத்தைக் கொடுக்க வேண்டிய ஸ்டண்ட் வரதன் தப்பு செய்து விட்டான்.

"கட்" என்றார். டைரக்டர்.

"வரதா, இந்தப் படத்தை முப்பது ரூபாயில் முடிக்கணும்பா. இந்த மாதிரி ஒவ்வொரு ஷாட்டும் நாலு டேக் வாங்கினா, நாப்பது ஆயிடும்பா..."

"சாரி சார்."

"எகெய்ன் டேக்."

இந்த முறை சரியாக வந்தது.

டைரக்டர் கல்பனாவின் முகத்தைப் பார்த்து "குட்" என்றார். உதவி இயக்குநர் கல்யாணம், "ஒண்டர்ஃபுல்" என்றான், அவளைப் பார்த்து அதீதமாகச் சிரித்துக்கொண்டே. ஐரோப்பிய நாடாக இருந்திருந்தால் அவளைப் பாராட்டும் வகையில் கல்பனாவைக் கட்டி அணைத்து முத்தம் கொடுத்திருப்பான். துரதிருஷ்டம் பிடித்து தமிழ் நாட்டில், எதையும் பகிரங்கமாகப் பகலில் பத்து பேர் அறியச் செய்ய முடிவதில்லையே! ஸ்டண்ட் மாஸ்டர் சுப்பராமன் சொன்னார். அவளைத் தனியாக அழைத்துப் போய்ச் சொன்னார்.

"கல்பனா, நீ ஒரு பிறவி நடிகைம்மா. பார்க்கவும் லட்சணமா இருக்கே. நல்லா டேன்ஸ் பண்றே. ஸ்டண்ட்டும் உனக்கு வருது. அதிர்ஷ்டக்கட்டையா இருக்கே. தைரியத்தை விட்டுடாதே. உனக்கும் ஒரு நல்ல டைம் வரும், நான் சொல்றேன், பார்."

ஐந்தடி உயரத்திலிருந்து கீழே விழுந்ததில் அவளுக்கு இடப்பக்க விலா எலும்புகள் வலித்துக்கொண்டிருந்தன. இப்போ வலி மறைந்ததாகத் தோன்றியது.

தனக்கென்று ஒதுக்கப்பட்டிருந்த நாற்காலியில் மேக்கப்புடன் அமர்ந்திருந்த நடிகை நடேஷா, தன்னைச் சுற்றி நடப்பது எதிலும் கவனம் செலுத்தாமல், கண்ணாடி பார்த்து தன் உதட்டை மேலும் இரத்தச் சிவப்பாக்கிக்கொண்டிருந்தாள்.

சேட்டுக் கடையில் அரைக் கிலோ முந்திரிப் பருப்பு பர்பி வாங்கினான் நட்ராஜ். கல்பனாவுக்கு இனிப்புகளிலேயே முந்திரிப்பருப்பு பர்பிதான் மிகவும் பிடித்த இனிப்பாக இருந்தது.

அவளுக்குப் பிடித்தவை மூன்று இனிப்புகள் என்று கல்பனாவே சொல்வது வழக்கம். முதல் இனிப்பு நட்ராஜ், இரண்டாவது இனிப்பு அபாயகரமானது என்று பிறர் நினைக்கும் வேலைகளைத் துணிந்து ஏற்று டைரக்டர்களின் எதிர்பார்ப்பைப் பிசகாமல் செய்துவிடுதல். மூன்றாவது முந்திரிப்பருப்பு பர்பி.

ஒரு சார்மினார் சிகரெட்டைப் பற்ற வைத்துக்கொண்டு மசூதித் தெருவை நோக்கி நடந்தான் நட்ராஜ். கல்பனாவைப் பார்க்க வேண்டும். அவளுடன் சற்று நேரம் பேச வேண்டும்.

"வா நட்ராஜ்" என்று வரவேற்றாள் கல்பனா.

கல்பனா அப்போதான் குளித்துவிட்டிருந்தாள். தலை ஈரம் போக, கூந்தலை விரித்துப் போட்டு, கைவிரல்களாலும், பெரிய பல் சீப்பாலும், சிக்கெடுத்துக்கொண்டு, இருந்த ஒற்றை நாற்காலியில், காற்றைவிட அதிகம் சத்தம் வரும் ஃபேனின் கீழே அமர்ந்திருந்தாள் கல்பனா.

"உட்காரு" என்றபடி தன் நாற்காலியைவிட்டு எழுந்து, அவன் உட்கார இடம் கொடுத்துவிட்டுத் தரையில் அமர்ந்தாள் அவள்.

"இல்லை. இல்லை. நீ நாற்காலியில்தான் உட்காரணும். நான் தரையில் அமர்கிறேன். அதுதான் எனக்கு சௌகர்யம்" என்றபடி அவளை வற்புறுத்தி நாற்காலியில் அமர வைத்துவிட்டு, தான் அவளுக்கு நேர் கீழே சுவரில் சாய்ந்துகொண்டு அமர்ந்தான் நட்ராஜ்.

"இந்தா."

"என்னது?"

"திறந்து பார்."

"ஹ... ஹ... பர்பி"

அவள் முகம் விளையாட்டுப் பொருளைப் பார்த்து மகிழும் குழந்தையுடையது மாதிரி மலர்ந்தது.

ஒரு துண்டை எடுத்து வாயில் போட்டுச் சுவைத்தாள்.

"உம்... அந்த சேட்டுக் கடையுதுதானே."

"உம்."

"அவன் கடை ருசியே தனிதான். இந்தா, நீயும் கொஞ்சம் எடுத்துக்கோ."

அவள் டப்பாவை நீட்டினாள்.

பிரபஞ்சன் | 153

“வேணாம்...”

“ஏன்?”

“நீயே எனக்கு முன்னால் இருக்கிறபோது, இன்னுமொரு இனிப்பு எனக்குத் தேவையா?” என்றான் நட்ராஜ் நாடக பாவனையோடு.

அவள் சிரித்தாள். கல்பனாவின் சிரிப்பு கோயில் மணி போன்றது. ‘ணங்’னென்று ஒலித்து, படிப்படியாகக் கரைந்து ஓய்வது. மேல் வரிசையில், கடைசியாக ஒரு சிங்கப்பல் அவளுக்கு உண்டு. அவள் சிரிப்புக்கு, அது ஜீவன். ஒரு முட்டாள் டைரக்டர் அந்த பல்லை எடுக்க வேண்டும் என்றான். ரசனை கெட்ட ஜென்மங்கள்.

“என்ன, ரொமான்ட்டிக் மூடில் இருக்கையா?”

“நாம் சந்திச்சு பத்து நாளைக்கு மேலே ஆச்சு.”

அவள் மௌனமாகத் தலையைச் சிக்கெடுத்துக்கொண்டு அமர்ந்திருந்தாள்.

“என்ன... சந்தன சோப்பு போடறியா?”

“ஆமாம். மைசூர் சந்தன சோப்பு போட்டுக் குளிச்சாத்தான் குளிச்ச மாதிரி இருக்கு.”

ஒரு நிமிஷம் கழித்து கல்பனா சொன்னாள்:

“ஏதேனும் சாப்புடறயா? வாங்கியாரட்டுமா?”

“நானே போய் வந்துடறேன்.”

அவன் எழுந்து கிளம்பினான்.

“வேர்க்கடலை பகோடா வாங்க மறந்துடாதே.”

“சரி.”

அவன் என்.எஸ்.கே. சாலைக்கு வந்தான்.

வழக்கமாக வாங்கும் கடைக்கு வந்தான்.

“ஆஃபா, புல்லா சார்?”

“ஆஃப்.”

விஸ்கி பாட்டிலைப் பக்குவமாகக் கட்டிக் கொடுத்தார் தேவர்.

மறக்காமல் வேர்க்கடலை பகோடாவை வாங்கிக்கொண்டு வீடு திரும்பினான் நட்ராஜ்.

தட்டி வைத்துத் தடுத்து, அடுப்பறை என்று வழங்கப்பட்ட பிரதேசத்திலிருந்து அவள் சொன்னாள்.

"நட்ராஜ் ஒரு அரை மணி இரு. குழம்பு கொதிச்சதும் வந்துடறேன். ஏதாவது பத்திரிகை பார்த்துக்கிட்டு இரு."

சினிமாப் பத்திரிகைகள் இறைந்து கிடந்தன. ஒன்றை எடுத்துப் புரட்டிக்கொண்டு இருந்தான் நட்ராஜ். துவைத்து மூலையில் குவித்து வைக்கப்பட்டிருந்த அவள் சேலைகள் அவன் கண்ணுக்குத் தெரிந்தன. அவற்றை எடுத்து வந்து மேசை மேல் போட்டான். இஸ்திரிப் பெட்டியை எடுத்து பிளக்கில் சொருகி, புடவையை ஒவ்வொன்றாக இஸ்திரி போடத் தொடங்கினான் நட்ராஜ்.

"என்ன பண்ணிக்கிட்டு இருக்கே?"

"அயர்ன் பண்றேன்."

"எதை?"

"உன் புடவைகளை."

"உனக்கு எதுக்கு அந்த வேலையெல்லாம்?"

"ஏன்? நான் செய்யக்கூடாதா? செஞ்சா குறைஞ்சு போயிடுவனா?"

"அதுக்கில்லை. என்னத்துக்குன்னுதான்."

"சும்மா மூடிக்கிட்டு வேலையைப் பாரு."

அவள் சிரிப்பது அவனுக்குக் கேட்டது. ஒரு மணியோசை.

"வர வர ரொம்ப மோசமாப் போயிட்டேப்பா" என்றாள் கல்பனா.

"எதில்?"

"ரொம்ப 'வல்கரா' பேசறே."

"அப்புறம்?"

"முன்னை மாதிரி அடிக்கடி வரமாட்டறே."

"வேலை கொஞ்சம் அதிகம்."

"ஆமா... பெரிய சிங்கர் ஆயிட்டே."

சடக்கென்று அவன் போட்டுக்கொண்டிருந்த இஸ்திரிப் பெட்டி நின்றது.

"நீயும் என்னைக் கிண்டல் பண்றையா கல்பு?"

அவள் அடுத்த கணம் வந்துவிட்டாள்.

"சாரி நட்ராஜ்... ஏன் சதாகாலம் உன்னையே நீ நொந்துக்கறே... சரி வா சாப்பிடலாம்."

அவள் பாயைக் கொண்டுவந்து விரித்தாள். உள்ளே சென்று இரண்டு தட்டில் இரண்டு மீன் துண்டங்களை எடுத்து வந்து வைத்தாள். தண்ணீர்? பாட்டில், கிளாஸ்கள் சகிதம் அவர்கள் அமர்ந்தார்கள்.

"எனக்குக் கொஞ்சமா போடு" என்றாள் கல்பனா.

உண்ணத் தொடங்கினார்கள். அருந்தத் தொடங்கினார்கள்.

"பயங்கரமா கசக்குதுப்பா! கொஞ்சம் தண்ணி ஊத்து," ஊற்றினான்.

"எனக்கு பீர்தான் புடிக்கும்."

"சொல்லியிருக்கக் கூடாதா?"

"பரவாயில்லை, உன்னண்டை காசு இருக்குமோன்னுதான்."

"இருக்கு."

"வேலை இருந்துச்சா?"

"உம்! கல்பு இன்னிக்கு ஒரு நல்ல பாட்டு பாடினேன். பாடட்டுமா!?"

"பாடு."

அவன் மோகனத்தை ஆலாபனம் செய்யத் தொடங்கினான்.

கண்ணை மூடிப் பரவசமாகப் பாடி நிறுத்தினான்.

'தேனில் விழுந்த ஈயானேன்

நானே எரிந்து தீயானேன்'

என்று பாடிக்கொண்டிருந்தவன் அவள் கையைப் பற்றினான்.

"இரு படுக்கையைத் தட்டிப் போட்டுடறேன். அதுக்கு முன்னால ரெண்டு வாய் சோறு தின்னு. எப்பயுமே, நீ சோறு திங்க மாட்டறே... வெறும் தண்ணியைக் குடிச்சு, வயிறு வெந்துடப்போகுது."

அவள் தட்டில் சோற்றைப் போட்டு மீன் குழம்பு ஊற்றிக் கொண்டுவந்து முன்னால் வைத்தாள்.

"பாட்டு எப்படின்னு சொல்லலையே?"

"உன் பாட்டுக்கு என்ன! அருமையா பொழியறே. உன் பாவத்துக்குப் பாதிகூட பாலுவால் கொண்டுவர முடியாது...!"

"நீதான் சொல்றே. பின் ஏன் என்னை யாருமே பாடகனாக

அங்கீகாரம் செய்ய மாட்டறாங்க...? நான் எத்தனை காலம் இப்படியே டிராக் சிங்கராவே இருந்துடறது?"

"அங்கீகாரம் வரும் நட்ராஜ். பொறு! உனக்கு மட்டும்தானா... எத்தனை கலைஞர்கள் இன்னும் திரை மறைவிலேயே இருக்காங்க... காலம் ஒருநாள் அவர்களை வெளிப்படுத்தும். நெருப்பைப் பொட்டலம் கட்ட முடியுமா?"

சிவந்த நிறத்தில் இரவு விளக்கு எரிந்துகொண்டிருந்தது.

அவள் அடங்கிய குரலில் சொன்னாள்.

"நட்ராஜ்... இடுப்புப் பக்கம் கையை வைக்காதே..."

"ஏன்?"

"ரொம்ப வலிக்குது."

"அடி பட்டுடுத்தா?"

"ஆமா... லேசான அடிதான். அஞ்சு அடி உயரத்திலிருந்து குதிச்சேன்."

"கீழே பாதுகாப்புக்கு மெத்தை, பஞ்சுமூட்டை, வைக்கோல் எதுவும் போடலையா?"

"இல்லை."

"கேட்க வேண்டியதுதானே?"

"ரொம்ப நாள் கழிச்சு வந்த வாய்ப்பு. டைரக்டர் வேற கொஞ்சம் முசுடு."

"... ... ..."

"ஏய் நட்ராஜ், என்ன அழறியா?"

"... ... ..."

"ஏன்?"

"ஒன்றுமில்லை."

"சொல்லுப்பா."

"கல்பு! இன்னும் எத்தனை காலம் நீயும் நானும் இப்படி நிழல் உருவங்களா இருக்கப்போறோம். நம் நிஜ உருவம் உலகத்துக்கு எப்போ தெரியும்?"

“கண்டிப்பா ஒரு நாள் வரும். அப்போ தெரியும்.”

“எப்போ வரும் நாம் செத்த பிறகா?”

“சீ... ஏன் இப்படி அவசரப்படறே. பொறுமையாக இரு நட்ராஜ். இப்போ என்ன நமக்குக் குறைஞ்சு போச்சு.?”

“என்ன சொல்றே... குறைஞ்சு போச்சா? இவ்வளவு திறமையை வச்சுக்கிட்டு, எவளோ ஒரு மண்ணாங்கட்டி நடிகைக்கு டூப்தானே போடறே.”

“ஆமா...”

“அது குறைச்சல் இல்லையா?”

“இல்லை. நட்ராஜ் இல்லை... எதுவும் குறைச்சல் இல்லை. எனக்குத் திறமை இருக்கு உண்மைதான். அதை வெளிக்காட்டவும் செய்யறேன். அதுபோதும். என் வேலை அதுதான். எவளோ ஒருத்திக்கு நான் உபயோகப்படறேன் இல்லையா? என் திறமைக்கு அர்த்தம் நான் அதை வெளிப்படுத்தி சந்தோஷப்படறது மட்டும்தான். அதை மத்தவங்க புரிஞ்சுக்கணும்னு எனக்குக் கட்டாயம் இல்லை.”

“எனக்கு ஒரு நல்ல காலம் வரட்டும். உன்னைக் கல்யாணம் பண்ணின பிறகு, அந்த மாதிரி வேலைக்கெல்லாம் உன்னை நான் அனுப்பவே மாட்டேன்”

“அப்படின்னா, நான் உன்னைக் கல்யாணம் பண்ணிக்கவே மாட்டேன்.”

“என்ன சொல்றே?”

“பின்னே? எனக்குக்கூஷீ சந்தோஷமே, நான் அந்தத் தொழில் செய்யறதில்தான் அடங்கியிருக்கு. இப்போ நான் உன்கூட படுத்துக்கிட்டது எனக்காக இல்லை, நட்ராஜ். உனக்காக, உனக்கு மட்டுமே நான் வாழ முடியுமா? எனக்குன்னு நான் எப்போ வாழறது? என் சந்தோஷத்துக்கு கல்யாணம் குறுக்கே நிக்கும்னா, நான் கல்யாணத்தைப் புறக்கணிப்பேனே தவிர, தொழிலைப் புறக்கணிக்க மாட்டேன் நட்ராஜ். ஆர்க்லைட்டுக்கு முன்னாலே நிக்கறபோதுதான், நான் ஜீவிக்கிறதாக நினைக்கிறேன்.

தெருவில் கார் வந்து நிற்கிற சப்தம் கேட்டது.

“கல்பனா” என்னும் ஒரு அழைப்பு.

புரொடக்‌ஷன் மானேஜர் சீனுதான் அழைத்தார்.

"வந்துட்டேன் சார்" என்று கத்தினாள் கல்பனா.

"நட்ராஜ்! நான் கிளம்பணும். வேலை வந்திருக்கு. படம் பொங்கல் ரிலீஸ். இரவும் பகலுமா வேலை நடக்குது. நீ தூங்கு. நான் காலை ஏழு மணிக்கு வந்துடுவேன்."

அவள் எழுந்து, பெட்டியில் இருந்து ஒரு சேலையை எடுத்து உடுத்திக்கொண்டாள். முகத்துக்குப் பவுடர் போட்டுக்கொண்டாள்.

கிளம்பினாள்.

செட்டில் காஸ்டியூமர் அப்துல்லா அவளைத் தேடி வந்தான்.

"அம்மா! நீங்க கேட்ட சிங்கப்பூர் ஷர்ட் வந்திருக்கு. வாங்கிக்கிறீங்களா?"

"பணம் எடுத்து வரல்லையே அப்துல்"

"பணம் எங்கே போயிடும்? அப்புறமா வாங்கிக்கறேம்மா."

ஷர்ட் பச்சையும் கறுப்பும் கலந்து மிக அழகாய் இருந்தது. நட்ராஜுக்கு மிகவும் பிடிக்கும் என்று நினைத்துக்கொண்டாள் கல்பனா.

காலை ஏழு மணிக்குத்தான் வேலை முடிந்தது.

கம்பெனி காரிலேயே வீடு வந்து இறங்கினாள்.

வீடு பூட்டியிருந்தது.

பக்கத்து வீட்டு சரோஜா சாவியைக் கொண்டுவந்து கொடுத்துவிட்டுச் சொன்னாள்.

"ராத்திரி நீ போன கையோட அந்த ஆளும் வீட்டைப் பூட்டி என்னண்டை சாவியைக் கொடுத்துட்டுப் போயிடுச்சு கல்பனா."

"எப்போ வர்றேன்னு சொன்னார்?"

"நாளைக்கு வர்றேன்னு சொன்னார்."

அதற்குப் பிறகு அவன் வரவேயில்லை.

1988

பச்சைக்கிளியும் காந்தியவாதியும்

அக்கா கல்யாணம் முடிந்த கையோடு என் கல்யாணத்தையும் நடத்திவிடுவது என்று அப்பா தீர்மானித்து விட்டார்.

அக்கா கல்யாணத்தின்போது அம்மா நிறைய பட்டுப் புடவைகளை வாங்கியிருந்தாள். தன் பழைய வைரக் கம்மலை அக்காவுக்குப் போட்டுவிட்டு, புதுசாக தனக்கென்று 'அபூர்வமான' வைரக்கம்மல் வாங்கிக்கொண்டாள். ஆக, வீட்டுக்குள் அவளால் எப்படி இருக்க முடியும்? நாலு வீடுகளுக்கும் நாலு ஊர்களுக்கும் போய், புதுசாய் அவள் வாங்கியிருக்கிற புடவைகள், கம்மல்கள் இவற்றை மற்ற பெண்களுக்கும் காட்டி, அவர்களின் வயிற்றெரிச்சலைக் கிளப்பினால் தானே அவளுக்கு ஆறுதலாய் இருக்கும்? இல்லையென்றால் அவள் தலை வெடித்துவிடும்!

பெண்ணுக்குக் கல்யாணம் நடத்தி அலுத்துப் போயிருந்தார் அப்பா. அவருக்கு ஒரு வேடிக்கை தேவைப்பட்டிருக்கும், நியாயம்தானே! தவிரவும், பெண்ணைப் பெற்றவராக மாப்பிள்ளை, சம்பந்திக்கு முன் வளைந்து, நெளிந்து, குழைந்து எப்படியெல்லாம் அப்பா அவஸ்தைப்பட்டார்! தனக்கும் பிள்ளை உண்டு, நானும் பிள்ளையோட தகப்பனார் என்கிற ஹோதாவில் பெண்ணைப் பெற்றவரை நடுநடுங்கச் செய்ய வேண்டும் என்கிற ஆசை அப்பாவுக்கும் இருக்காதா? அப்பாவும் மனிதர்தானே!

ஓர் உல்லாசப் பயணம்போல நாங்கள் பெண் பார்க்கப் புறப்பட்டோம். அப்பா, அம்மா, நான் அடங்கிய கோஷ்டியைத் தலைமை தாங்கி நடத்திச் சென்றார் நாயுடு. அவரை நீங்கள் அறிமுகப்படுத்திக்கொள்ள வேண்டும். நாயுடு எங்கள் தாலுகாவில் புஷ்பவதிகளாகி வீட்டுக்குள் இருக்கிற

அத்தனை பெண்களின் விவரங்களையும் விரல் முனையில் வைத்திருப்பவர்! அவரைத் தரகர் என்பார்கள். ஆனால், அவரை 'திருமணக் கலைக்களஞ்சியம்' என்று சொல்வதே பொருத்தம்.

நாயுடு சொன்னார்: "பொண்ணு பச்சைக்கிளி! பழுது சொல்லவே முடியாது. கோயில் சிலை தோத்துடும் அண்ணா! நீங்கதான் பார்க்கப் போறீங்களே. நான் சொல்றது மெய்யா பொய்யான்னு அப்பத்தான் தெரியும். பொண்ணோட அப்பனுக்குச் சொத்து பல லகரத்தைத் தாண்டும், வீராணம் ஏரியை ஒட்டி சும்மா ஒரே தாக்கலா நூறு வேலி. கேக்கணுமா? பொண்ணு பச்சைக்கிளி."

நாங்கள் பச்சைக்கிளியைப் பார்க்கத்தான் போய்க் கொண்டிருந்தோம். காலை பத்துப் பதினோரு மணி அளவில் வீடு போய்ச் சேர்ந்தோம். மிகப் பெரிய வீடு. இரண்டு கை தாழ்வாரம், இரண்டு கட்டு வீடு. கூடம் நிறைய நெல் மூட்டைகளும், மிளகாய் வற்றல்களும் அடுக்கி வைக்கப்பட்டிருந்தன. அவ்வளவு பெரிய வீட்டில் உட்கார நாற்காலிகள்தான் இல்லை. பட்டு ஜமுக்காளம் விரித்து எங்களை உட்கார வைத்தார்கள். பெண்கள் கூடம், அறைவாயில், சமையல் அறை, தோட்டம் முதலான பல இடங்களிலிருந்து கண்களால் என்னை மொய்த்தார்கள். என் ஒவ்வோர் அசைவும் பெண்களால் ஆராயப்படுகிறது என்கிற உணர்வு எனக்கு மேலும் கூச்சத்தைக் கொடுக்க நான் நெளிந்தேன்.

எதனாலும் பாதிக்கப்படாமல், 'தேமே' என்று இருப்பவன் போன்ற பாவத்தை உருவாக்கிக்கொண்டு உட்கார்ந்திருந்தேன். அதுவே ஓர் அசட்டுக் களையை எனக்குத் தந்து, என் மேலேயே எனக்குக் கோபம் உண்டாகி எப்போது வெளியேறப் போகிறோம் என்று இருந்தது. இருந்தும், பெரியவர்கள் பேச்சை ரொம்ப சிரத்தையாகக் கேட்பவன்போல் ஒரு பாவனையை மேற்கொண்டேன். மின்விசிறி இல்லாமல், எனக்கு உடல் வியர்த்தது. சட்டைக்குள் 'உஸ்' என்று வாயால் ஊதிக்கொண்டேன். அடுத்த கணம் என் முன் பனையோலை விசிறி ஒன்று வந்து விழுந்தது. 'படக்'கென்று பாய்ந்து அப்பா அந்த விசிறியை எடுத்துத் தமக்கு விசிறிக்கொண்டார். சுகமான காற்றை அனுபவித்தார். பிறகு நாயுடுவைப் பார்த்து, "நாயுடு, ஆயிரம் ஃபேன் வரட்டுமே! இந்த பனை ஓலை விசிறிக்கு அதெல்லாம் ஈடாகுமா? நம்ம கிராமத்து ஜனங்களோட எளிமை இருக்கே, அடடா..." என்றார். சொல்லிவிட்டு, "என்ன நான் சொல்றது..." என்று கேட்டார். நாயுடு உடனே, "அண்ணா சொல்றது அனுபவ வார்த்தை ஆச்சே,

பிசகு இருக்குமா?" என்றார் நாயுடு – கையில் தாளம் இல்லாத திருஞானசம்பந்தர்.

அந்த நேரத்தில்தான் பெண்ணுக்குத் தந்தை அரக்கப்பரக்க வந்து சேர்ந்தார். எங்களை வரவேற்றுவிட்டு, தாமதத்துக்கு மன்னிப்பு கேட்டுக்கொண்டார். அப்பாவும், பெரிய மனது பண்ணி அவரை மன்னித்தார்.

உள்ளிருந்து மோர் வந்தது. பட்டணம் படி அளவுக்கு, பெரிய பெரிய செம்பு தம்ளர்களில் மோர் வந்தது. கெட்டி மோர். அப்பா சர்ரென்று சப்தம் எழ உறிஞ்சிக் குடித்தார். பிறகு சொன்னார், “ரொம்ப நாளுக்குப் பின்னால் இன்னைக்குத்தான் அசல் மோர் சாப்பிட்டிருக்கேன் நாயுடு... இயற்கையா பசும் புல்லை மேஞ்சி, பருத்திக் கொட்டையும் புண்ணாக்கும் திங்கற மாட்டுக்குத்தான்யா இந்த மாதிரி பாலும் மோரும். சும்மா கலர் கலரா போஸ்டர் தின்னுட்டு, நீராகாரம் மாதிரி பால் கறக்கிற டவுன் மாட்டுப் பால்ல ருசி, வான்னாகூட வராதே! என்ன நான் சொல்றது?"

“ரொம்ப சரி, அண்ணா வார்த்தை அனுபவ வார்த்தை ஆச்சே. பிசகுமா?" என்றார் நாயுடு.

இது நம்ம வீட்டு மோருங்க. பால், தயிர், மோரு, நெய்க்குன்னே மூணு சீமைக் கன்றுகளை வாங்கி கொல்லையில கட்டி வச்சிருக்கேன். நமக்கு விலைக்கு வாங்கிக் கட்டுப்படியாவுங்களா? வாய்க்குத்தான் ருசிப்படுமா?" என்றார் பெண்ணுக்குத் தந்தை.

“உள்ளது... உள்ளது. வீட்டு மோருன்னு வாசனையே சொல்லுதே... தயிர் கெட்டுது போங்க!" என்றார் அப்பா. உள்ளே அடுக்களைக்குள் பெண்களோடு கரைந்துபோய் விட்டிருந்தாள் அம்மா. அப்புறம் ஒரு ‘சின்ன டிபன்' சாப்பிட வேண்டியிருந்தது எங்களுக்கு. பட்டுத்துணி மாதிரி நுனி வாழை இலைகளில், இந்தப் பெண் பார்க்கும் சடங்குக்கென்றே கண்டுபிடிக்கப்பட்ட சொஜ்ஜிதான் முதலில் வந்து விழுந்தது. நான் திடுக்கிட்டேன். சொஜ்ஜி மாதிரி இனிப்பை ஒரு மனிதன் எவ்வளவுதான் தின்ன முடியும்? ஓர் இட்லி அளவுக்குத்தானே சொஜ்ஜி இருக்கும்? சோறு அளவுக்குக் குவியலாக என் இலையில் வைக்கப்பட்டது. இனிப்பும் நெய்யும் அளவற்று வழிந்தது. நாயுடு அமுதம் என்று அதைப் புகழ்ந்துகொண்டே சாப்பிட்டுக்கொண்டிருந்தார். எனக்கு இரண்டு மூன்று விள்ளலுக்கு மேல் இறங்கவில்லை திகட்டியது.

“என்ன... மாப்பிள்ளை சொஜ்ஜியை வச்சிட்டு அழகு பாக்கறாரா?" என்றார் நாயுடு.

“இலையில எதையும் மிச்சம் வைக்கப்படாது. சாப்ட்டுடு... எவ்வளவு நெய்... சர்க்கரை! அத்தோடு இது மாதிரி அசல் நெய் பலகாரம் நம்ம ஊர்ல காசு செலவு பண்ணினாலும் கிடைக்காதே...” என்று நாயுடு மேலும் விசிறி விட்டார்.

“இந்தக் காலத்துப் பிள்ளைகளுக்கு நல்லது கெட்டது ஏது? என்றார் அப்பா. எனக்கு சொஜ்ஜி தொண்டையைவிட்டு இறங்க மறுத்தது. ஒரு விள்ளல் சொஜ்ஜியும், ஒரு மிடறு தண்ணீருமாகக் கொஞ்சம் தின்று தீர்த்தேன். அப்புறம் நாய்த்தோல் பந்து அளவுக்கு போண்டா வந்தது.

அப்பா பெண்ணைப் பெற்றவரிடம் சொன்னார்:

“நான் ஒரு காந்தியவாதிங்க. எனக்குப் பொய் பேசத் தெரியாது. என் பிள்ளை என்கிறதற்காக இவன் இந்திரன், சந்திரன்னு நான் சொல்ல மாட்டேன். ரொம்ப உசத்தியான பள்ளிக்கூடத்துலதான் இவன நான் சேர்த்தேன். டியூஷன் வச்சேன். என்ன செலவு என்கிறீங்க? ஆனா இந்தப் பய, எஸ்.எஸ்.எல்.சி.யைத் தாண்டி வர்றதுக்கே மூணு வருஷம் ஆயிடுச்சுங்க. அப்புறம் கைத்தொழில் ஒன்று கத்துக்கட்டும்னு ஒரு மோட்டார் ஒர்க்ஷாப்ல கொண்டுபோய் விட்டேன். முதலாளி ஏதோ சொன்னான்னு அவனை அடிச்சிட்டு வீட்டுக்கு வந்துட்டான்! ரொம்ப முசுடு; ரொம்ப முன்கோபி, பொறுப்பில்லாத பய, வேலை வெட்டின்னு ஒண்ணும் அமையல. அவனுக்குப் பொண்ணு தர்றீங்கன்னா, அது என் முகம் பார்த்து– என் மரியாதைக்குத்தான் தரணும்... அவனுக்குச் சோறு போட, நான் எப்படிக் கடமைப்பட்டவனோ, அது மாதிரி அவன் பொண்டாட்டிக்கும் சோறு போட, நான் கடமைப்பட்டவங்க. நான் உண்மையைத் தாங்க பேசுவேன். காந்தி எங்க ஊரு பக்கம் வந்தபோது, அவரு பக்கத்துல நின்னு பாத்து அவரோட நாலு வார்த்தை பேசக் கொடுத்து வச்சவங்க நானு! என் வாயில பொய் வராது.”

“அண்ணான்னா காந்திக்கு ரொம்ப உசுருங்க!” என்று நாயுடு பெண்ணின் தகப்பனாரைப் பார்த்துச் சொன்னார். அவர் ஆச்சரியத்தோடு தலையை அசைத்து அதை அங்கீகரித்துவிட்டு என்னைப் பார்த்தார்.

அவமானத்தால் என் பாதி உயிர் ஏற்கெனவே போய் விட்டிருந்தது. அப்படியே எழுந்து ஓடலாமா என்றுகூட எனக்குத் தோன்றியது! தரை அப்படியே பிளந்து சீதையை வாங்கிக்கொண்ட மாதிரி என்னை வாங்கிக்கொள்ளாதா என்று இருந்தது.

பெண்ணின் அப்பா என்னை மறுபடியும் பார்த்துவிட்டு, பிறகு அப்பாவின் பக்கம் திரும்பி, "மாப்பிள்ளை பொண்ணைப் பாக்கட்டுங்க. அவருக்கும் பிடிச்சிருந்து, உங்களுக்கும் பிடிச்சிருந்தா, மேல பேசுவோம். சின்ன வயசுப் புள்ளைங்க, இப்படித்தான் ஏடாகூடமா எதனா பண்ணும். என்னையே எடுத்துக்குங்க, நானே கல்யாணத்துக்கு முன்னால, ரௌடிப்பய மாதிரி மைனர் கணக்கா திரிஞ்சவங்க. எனக்குன்னு குடும்பம், பொண்டாட்டி, புள்ளைன்னு ஏற்பட்டதும்தான் திருந்தி வந்தேன். இப்போ மாப்பிள்ளை சண்டியரா இருந்தா என்ன? போவப் போவ சரியாயிடுவாரு..." என்றுவிட்டு என்னைப் பார்த்தார்.

தரையில் ஓர் எறும்பு, ஏதோ இரையை இழுத்துக்கொண்டு போவதைப் பார்த்துக்கொண்டு உட்கார்ந்தேன். எல்லார் மனத்திலும் நான் ஒரு சண்டியராக, ரௌடியாக, வீட்டுக்கு அடங்காதவனாகத் தோற்றம் தந்தேன். பெண்கள் பீதியோடு என்னைப் பார்ப்பதை என்னால் உணர முடிந்தது.

நாயுடுவின் குரல் மௌனத்தை உடைத்தது. "நடராஜா! பொண்ணு வருது பாத்துக்கோ. அப்புறம் அது சொத்தை, இது சொள்ளைன்னு எங்களைக் குத்தம் சொல்லக்கூடாது" என்றார் என்னைப் பார்த்து நாயுடு. பெண் என்று சொல்லப்பட்டவள் என் முன் வெற்றிலைத் தட்டை வைத்துவிட்டு நின்றாள்.

தலையைக் கவிந்துகொண்டு வேர்த்து விறுவிறுத்துப் போய், மடங்கி வளைந்து நின்றிருந்தாள். எனக்குப் பேயறைந்தது மாதிரி இருந்தது. அடுக்கி வைக்கப்பட்டிருந்த அரிசி மூட்டைக்குப் பாவாடை கட்டியது மாதிரி இருந்தாள் அவள். பக்கத்தில் இருந்த தூண் மறைந்துபோய் இருந்தது. அவளுக்குப் பக்கத்தில் நான் நின்றிருந்தேன் என்றால், வயசான புளிய மரத்துக்குப் பக்கத்தில் வாழைக் கன்றை நட்டதுபோல் இருந்திருக்கும்.

நாங்கள் பஸ் ஸ்டாண்டில் நின்றுகொண்டிருந்தோம். அம்மா சொன்னாள். மூன்றாம் முறையாக, "அந்த வீட்டுப் பெண்டுங்க வைரத்தையே பார்த்தவளுங்க இல்லைபோல இருக்கு. என் மூக்குத்தியும் கம்மலும் எங்க வாங்கனது, என்ன விலை என்னமா பண்றதுன்னு கேட்டுத் தொளைச்சுப்புட்டாளுங்க!" என்றாள். அப்பா நாயுடுவிடம், "அவ்வளவு பெரிய பணக்காரன், என் முன்னால் நாய் மாரி வாலை ஆட்டிக்கிட்டு நின்னான். பாத்தியா? என்ன இருந்தாலும் கிராமத்து ஜனங்களுக்கே மரியாதை ஜாஸ்தி!" என்றார். அப்பாவை இந்த நேரத்தில் ஆயிரம் ரூபா கைமாற்றுக் கேளுங்கள், இனாமாகவே கொடுப்பார். அவ்வளவு சந்தோஷத்தில் இருந்தார்.

நாயுடு சொன்னார்: "அண்ணா! வந்ததே வந்தோம், இந்தப் பக்கத்துலதான் நம்ம நல்லசிவக் கௌண்டர் இருக்கார். அவர் வீட்டுல ஒரு பொண்ணு இருக்கு. நான் பார்த்திருக்கேனே... கிளின்னா கிளி, பச்சைக்கிளி மாதிரி இருப்பா! சும்மா வெடவெடன்னு காத்துல அசையுற கொடி மாதிரி, காமாட்சி அம்மன் விளக்கு மாதிரி திருதிருன்னு இருக்கும். ஒரு நடை போயிட்டு வந்துடுவோம்."

"ஆகா... வந்ததே வந்துட்டோம். நாலு இடம் பார்ப்போம். நாலை பாத்தாத்தான் நல்லது ஒண்ணு தகையும். அதோடு நேரமும் இருக்குதானே..." என்றார் அப்பா.

பேருந்தில் ஏறி உட்கார்ந்தபோது அம்மா சொன்னாள்:

"பொண்ணுதான் கொஞ்சம் பூசின மாதிரி இருக்கு. ஆனா நல்ல கலை..."

"அதனால என்ன? ஒண்ணு ரெண்டு குழந்தை பெத்தாள்னா உடம்பு சுக்காயிடாதா? நூறு பவுன் போட்டு, கல்யாணம் பண்ணி வச்சு, ஐம்பது வேலி எழுதி வக்கிறேங்கறான்... இன்னிய தேதியில என்ன பெறும்...?" என்று மனசுக்குள் கணக்குப் போடத் தொடங்கினார் காந்தியவாதியான அப்பா.

நாயுடு சொன்னார்: "இது என்ன அண்ணி, உடம்பு? இதைவிட அண்டாவும் குண்டாவுமா இருந்த பொண்ணுங்கல்லாம் கல்யாணத்துக்குப் பிறவு காத்தாடி மாதிரி சிக்குன்னு ஆயினதை நாம பாக்கலையா? இடம் பெரிய இடம். சௌகரியமா வச்சிருக்காங்க. வேலை வெட்டி இல்லாம சாப்பிடறது, தூங்கறதுன்னா உடம்பு இப்படித்தான் இலவமரம் மாதிரி ஊதிப் போயிடும். நம்ம வீட்டுப் பொண்ணா வந்துட்டா, அண்ணி, என்ன மாதிரி ஓட்டை உடைசல் பாத்திரமானாலும் தட்டி ஒடுக்கி எடுத்துடாதா!"

"அது உள்ளது" என்றார் அப்பா.

பள்ளிக்கூடம் விடும் நேரமாய்ப் போய்ச் சேர்ந்தோம் போலிருக்கிறது. எங்களுக்குப் பின்னால் பள்ளிக்கூடம்விட்டு வரும் ஒரு சிறுமிகளின் கூட்டமே வந்துகொண்டிருந்தது. என்ன மாதிரி இவர்களுக்கு மூக்கு வியர்க்கிறது. நான் பெண் பார்க்க வந்திருக்கிறேன் என்பதை என் முகத்தில் எழுதி ஒட்டியிருந்த மாதிரி புரிந்துகொண்டு, பெண் ஒருத்தி என் பின்னால் இருந்து குரல் எழுப்பினாள்.

பிரபஞ்சன் | 165

"மாப்பிள்ளை... மாப்பிள்ளை!"

"மண்ணாங்கட்டி மாப்பிள்ளை!" என்று ஒரு பெண் சொல்லவும், உடனே இன்னொரு பெண் அடுத்த அடி எடுத்தாள்:

"காலிருக்கு கையிருக்கு

வாலு எங்க தெரியல்லே..."

பத்து ஜலதரங்கங்கள் வாசித்தது மாதிரி, கூழாங்கல்லைக் கொட்டியது மாதிரி சிரிப்பலை ஒன்று எழுந்து பரவியது. அம்மாவுக்குச் சிரிப்பு சிரிப்பாய் வந்தது. அப்பா சொன்னார்:

"இந்தக் கிராமத்து சனங்க ரொம்ப உண்மையைப் பேசறவங்க தெரியுமா நாயுடு? மனசுல பட்டதை வார்த்தையில கொட்டிடறாங்க. பாரு இந்தக் குட்டிகளை... என்னமா பொழியறது பாட்டை!" என்று வியந்தார் அப்பார்.

ஒரு காரை வீட்டுக்குள் நுழைந்தோம். எங்களோடயே ஒரு சிறுமியும் நுழைந்தாள். பாவாடை, சட்டை ஒரு ஜாண் அளவே இருக்கும் எலிவால் சடை... பெண்ணுக்குத் தங்கையாய் இருப்பாள் என்று நினைத்துக்கொண்டேன்.

நாங்கள் திடீரென்று பெண் பார்க்க வந்தது அவர்கள் வீட்டில் ஓர் அதிர்ச்சியை ஏற்படுத்தியது. உடனே அவர்கள் அதற்குத் தயார் ஆனார்கள். பெண்ணுக்குத் தந்தை சைக்கிளில் வந்து இறங்கினார். வந்ததில் அவருக்கு இறைத்தது. "சொல்லிட்டு வரப் படாதா... விருந்து ஏற்பாடு பண்ணி இருப்பேனே" என்று உபசரித்தார். அப்புறம், "இந்த மாதிரி பெண் இருக்கிற இடத்துக்கு திடீர்னு போறதுதான் நல்லது" என்று அவரே சொல்லிக்கொண்டார். காப்பி என்கிற பெயரில் ஒரு பானம் வந்தது. சுமார் நாலு தம்ளர்கள் கொள்ளும் ஒரு லோட்டாவில் எங்களுக்குக் கருப்பட்டிக் காப்பி கொடுத்தார்கள். சிரமப்பட்டுக் குடித்தேன்.

"பெண்ணை அலங்காரம் பண்ணிக்கிட்டிருக்காங்க. வந்துடும்" என்று சொல்லப்பட்டது.

நான் இன்னொரு பச்சைக்கிளியை எதிர்பார்த்துக் கொண்டிருந்தேன். அப்பா, அந்தப் பெண்ணின் தந்தையைப் பார்த்து, ஆரம்பித்தார். "நான் காந்தியவாதிங்க... பொய் பேச மாட்டேன். என் பையன் இந்திரன் சந்திரன்னு..."

அப்பா இன்னொருமுறை கழுவேற்றினார். நான் இரண்டாம் முறையாக அகலிகை ஆகி கல்லாய்ச் சமைந்தேன். பெண்ணின்

தந்தை அடிக்கடி என் பக்கம் திரும்பி, 'அட படுவா ராஸ்கல்... பொறுப்பற்ற பயலே... தெண்டத் தீனியே... உருப்படாத பயலே...' என்று கண்ணாலேயே சொல்லிக்கொண்டிருந்தார்.

அப்புறம் கிளி என் முன்னால் நிறுத்தப்பட்டது. நான் திடுக்கிட்டேன். நாங்கள் வீட்டுக்குள் வரும்போது எங்களுடன் நுழைந்த அதே சிறுமிதான் அவள். சட்டைப் போட்டுக்கொண்டிருந்த குழந்தைக்குப் புடவை சுற்றி என் முன் நிறுத்தியிருந்தார்கள். அவசரம் அவசரமாக முகத்தில் பூசப்பட்ட பவுடர், வியர்வையில் திட்டுத் திட்டாய்த் தெரிந்தது. அதே எலிவால் ஜடை பள்ளிக்கூட வாசனையைக்கூட இன்னும் கழுவிக் கொள்ளவில்லை அவள். அந்தக் குழந்தையைப் பார்க்கப் பரிதாபமாய் இருந்தது.

நாங்கள் மீண்டும் எங்கள் ஊருக்குப் போகும் பேருந்தில் இருந்தோம். அப்பா சொன்னார்: "பொண்ணு குழந்தை மாதிரி இருக்கா. மத்தபடி ரொம்பக் களை..."

"அதனால என்ன அண்ணா... அண்ணி கைல சாப்பிட்டுச்சுன்னா நாலு மாசத்துல பொண்ணு உருண்டு திரண்டிடுவாள் என்றார் நாயுடு. தொடர்ந்து "அண்ணி கைராசி அப்படி ஆச்சே!" என்றார்.

"அது உள்ளது" என்றார் அப்பா.

"இன்னும் நாலு இடம் பார்ப்போம். அவனுக்கு எவ எங்கே பொறந்திருக்காளோ, தேடினாத்தானே கிடைக்கும்" என்றாள் அம்மா.

அப்பா என்னைப் பார்த்தார். நான் சொன்னேன்:

"அப்பா, அந்த ஐம்பது வேலி நிலத்தையும் கல்யாணத்தும்போதே எழுதிக் குடுத்துடுவாங்களா...?"

அப்பா என்னை ஒரு மாதிரியாகப் பார்த்தார்.

1986